-Amateeka Ekkumi-

AMATEEKA GA KATONDA

DR. JAEROCK LEE

*"Oba nga munjagala,
munaakwatanga Ebiragiro Byange."*

(Yokaana 14:15)

Amateeka ga Katonda kya Dr. Jaerock Lee
Kyafulumizibwa aba Urim Books (Abakulirwa: Sungnam Vin)
#73, Yeouidaebang-ro 22-gil, Dongjak Gu, Seoul, Korea
www.urimbooks.com

Obuyinza bwonna tubwesigaliza. Ekitabo kino oba ebitundu byakyo tebirina kufulumizibwa nate mu ngeri yonna, oba okuterekebwa mu ngeri yonna, oba okufulumizibwa mu kika kyonna ng'okwokyesaamu, okunaazaamu kkoppi, awatali lukusa okuva eri abaakafulumya..

Okujjako nga kiragiddwa, Ebyawandiikibwa byonna bisimbuddwa mu Ekitabo Ekitukuvu ekiyitibwa BAIBULI Ekyafulumizibwa aba KAMPALA THE BIBLE SICIETY OF UGANDA

Obwannanyini © 2020 bwa Dr. Jaerock Lee
ISBN: 979-11-263-0511-7 03230
Obwannannyini bw'okukavunula mu lungereza © 2015 ye Dr. Esther K. Chung. Ng'akkiriziddwa.

Kyasooka okufulumizibwa mu lulimi olu Korea aba Urim Books mu 2007

Kyasooka kufuluma mu mwezi gw'okuna omwaka gwa 2020

Kyasunsulibwa Dr. Geumsun Vin
Kyalungiyizibwa ekitongole ekisunsuzi ekya Urim Books
Kyateekebwa mu kyapa ekitongole kya Prione Printing
Ayagala ebisingawo kwatagana ne: urimbook@hotmail.com

Eby'omuwandiisi

Bwemba nga mpeereza, ntera okubuzibwa ebibuuzo bingi omuli, "Katonda Asangibwa wa?" oba "Ndaga Katonda," oba "Nnyinza ntya okusisinkana Katonda?" Abantu babuuza ebibuuzo eby'ekika kino kubanga tebamanyi ngeri yakusisinkanamu Katonda. Naye engeri ey'okusisinkanamu Katonda nnyangu nnyo okusinga bwe tulowooza. Tuyinza okusisinkana Katonda nga tuyiga amateeka Ge n'okugagondera. Wabula, wadde abantu bangi kino bakimanyi mu mitwe gyabwe, balemererwa okugondera amateeka kubanga tebategeera emiganyulo egy'omwoyo egiri mu mateeka, agaateekebwawo olw'okwagala Kitaffe kwalina gye tuli.

Nga omuntu bwe yeetaaga okusomesebwa obulungi okusobola okwetegekera okweng'ange ensi, omwana wa Katonda naye yeetaaga okusomesebwa obulungi okusobola okwetegekera okubeera mu Gulu. Wano amateeka ga Katonda wegayingirirawo. Amateeka ga Katonda, oba Amateeka Ge Ekkumi, galina okusomesebwa omwana wa Katonda omupya, era ne gateekebwa mu nkola mu bulamu obw'ekikristaayo. Amateeka ga Katonda ge mateeka Katonda ge yatuteerawo nga ekkubo ery'okumusemberera, okufuna okuddamu okuva Gyali, n'okubeera awamu Naye. Kwe kugamba, okuyiga *Amateeka ga Katonda* ye tiketi ekusisinkanya Katonda.

Eyo mu kyasa ekya 1446 nga Kristo tannazaalibwa, Nga Abaisiraeri baakava mu Misiri, Katonda yayagala okubatwala mu nsi ekulukuta n'amata wamu n'omubisi gw'enjuki, emanyiddwa ng'ensi ye Kanani. Kino okusobola okutuukirira, Abaisiraeri baalina okutegeera okwagala kwa Katonda, era nga baalina okutegeera kye kitegeereza ddala okufuuka omwana wa Katonda. Eyo yensonga lwaki Katonda mu kwagala yabawandiikira Amateeka Ekkumi ku bipande eby'amayinja, nga gano okutwaliza awamu ge gawumbawumba Amateeka Ge gonna (Okuva 24:12). Olwo ebipande bino eby'amayinja n'abiwa Musa asobole okuyigirizanga Abaisiraeri engeri gye bayinza okugenda Katonda wayagale babeere, kwe kugamba, mu kubeerawo Kwe, ng'abasomesa obuvunaanyizibwa bwabwe nga

Abaana ba Katonda.

Emyaka nga amakumi asatu egiyise, nga maze okusisinkana Katonda omulamu, n'atandika okuyiga era n'okugondera amateeka Ge, buli lwe n'agendanga ku kanisa n'okunnoonya buli okudda obuggya kwonna. N'asookera ku kuva ku sigala n'okunywa omwenge, n'enjiga okukuuma olunaku olwa ssabbiiti nga lutukuvu, okuwaayo ekimu eky'ekkumi mu bujjuvu bwakyo, okusaba n'ebirala. Mu katabo kange, n'atandika okuwandiikamu ebibi bye nali siyinza kweggyako mangu ago. Olwo nno n'ensaba era n'ensiiba, nga neegayirira Katonda okunnyamba okugondera Amateeka Ge. Eby'amagera bye n'afuna olw'ekyo byali byewuunyisa!

Okusooka, Katonda yawa omukisa ab'omu maka gange, nga tewali alwalalwala. Era n'atuwa omukisa ne mu by'ensimbi ne tubeera nga tusobola okuyamba abali mu bwetaavu. Ekyasembayo, Yanjiwako emikisa egy'omwoyo mingi okuba nti kati nsobola okukulembera obuweereza obuli ku ddala ly'ensi yonna obuluubirira okubunyisa enjiri mu nsi yonna, n'okusindika abaminsani mu nsi yonna.

Bw'oyiga amateeka ga Katonda era n'ogagondera, tojja kukulaakulana mu mbeera zonna ez'obulamu bwo kyokka, wabula ojja na kwerabira ku kitiibwa ekyakayakana ng'omusana, kasita oyingira mu bwakabaka Bwe obutaggwawo.

Ekitabo kino *Amateeka ga Katonda* kirimu obubaka obukung'anyiziddwa obwesigamiziddwa ku kigambo Kye, n'okwolesebwa ku "Amateeka Ekkumi aga Katonda" kwe n'afuna bwe nali nsiiba n'okusaba nga nakatandika obuweereza bwange. Okuyita mu bubaka buno, abakkiriza bangi baatandika okutegeera okwagala kwa Katonda, ne batandika okutambulira mu bulamu obugondera amateeka Ge, bwe batyo ne bakulaakulana mu mwoyo ne mu mbeera endala zonna ez'obulamu bwabwe. Era, abakkiriza bangi ne bafuna okuddibwamu eri bingi bye baasabiranga. Okusinga byonna, bonna ne bafuna essuubi ery'amaanyi mu ggulu.

Kale bw'otegeera emiganyulo egy'omwoyo egiri mu Mateeka Ekkumi eginyonnyoddwa mu kitabo kino, era n'otegeera okwagala kwa Katonda okw'ebuziba oyo eyatuwa Amateeka Ekkumi era n'osalawo okutambulira mu bugonvu eri Amateeka

Ge, nkukakasa nti ojja kwerabira emikisa egitakkirizikwa okuva eri Mukama. Mu Ekyamateeka olw'okubiri 28:1-2, wagamba onooweebwanga omukisa ennaku zonna: *"Awo olunaatuukanga bw'onoonyiikiranga okuwulira eddoboozi lya MUKAMA Katonda wo, okukwata ebiragiro Bye byonna bye nkulagira leero, okubikolanga, MUKAMA Katonda wo anaakugulumizanga okusinga amawanga gonna agali ku nsi, n'emikisa gino gyonna ginaakujjiranga ginaakutuukangako, bw'onoowuliranga eddoboozi lya MUKAMA Katonda wo."*

Njagala okwebaza Geumsun Vin, akulira Ekitongole ekisunsuzi ekya Urim Books, ne baakola n'abo bonna olw'okwewaayo kwabwe okutayogerekeka eri ekitabo kino. Era nsaba mu linnya erya Mukama waffe nti abo bonna abanaasoma ekitabo kino kibayambe okutegeera amateeka ga Katonda, era bagondere amateeka Ge, basobola okwongera okufuuka abaana ba Katonda abo bayagala era abaana ba Katonda abaweereddwa omukisa!

Jaerock Lee

Ennyanjula

Ekitiibwa kyonna tukiddiza Katonda Kitaffe olw'okutuganya okuteeka awamu ebyo ebiyigiriziddwa ku Mateeka Ekkumi, ago agalimu omutima gwa Katonda n'okwagala, bye tutadde mu kitabo kino, *Amateeka ga Katonda*.

Okusooka, "Okwagala kwa Katonda okuli mu Mateeka Ekkumi," kuyamba omusomi okutegeera lwaki Amateeka Ekkumi gaateekebwawo. Era kiddamu ekibuuzo, "Ddala amateeka ekkumi kye ki?" Essuula eno era ennyonyola nti Katonda yatuwa Amateeka Ekkumi kubanga Atwagala, era nga okusinga byonna agenderera okuba nga atuwa omukisa. Kale bwe tugondera buli tteeka lyonna n'amaanyi ag'okwagala kwa Katonda, olwo nno tusobola okufuna emikisa gyonna Gyatutegekedde.

Mu "Etteeka Erisooka," tuyiga nti omuntu yenna bw'aba

ng'ayagala Katonda, kitegeeza kimwanguyira nnyo okugondera ebiragiro Bye. Essuula eno eddamu ekibuuzo lwaki ng'eteeka erisooka, Katonda atugaana okukulembeza katonda omulala yenna atali Ye.

"Etteeka Ery'okubiri" W'ogera ku bukulu bw'obutasinza kifaananyi kyonna —oba mu makulu ag'omwoyo—obutabanga na kintu kyonna omuntu kyayinza okwagala okusinga Katonda. Wano, era tuyiga ku biyinza okuvaamu eby'omwoyo singa omuntu asinza ebifaananyi ne kye tufunamu bwe tutakikola, n'emikisa gye nnyini so n'ebikolimo ebiyinza okujja mu bulamu bwaffe singa tukola ekyo.

Essuula eyogera ku "Etteeka Ery'okusatu" eyogera ku kye kitegeeza okulayiriranga obwereere erinnya lya MUKAMA, n'omuntu kyalina okukola okwewala obutayonoona mu ngeri eno.

Mu "Etteeka Ery'okuna" tuyiga ku makulu amatuufu aga "Sabbiiti," era na lwaki ssabbiiti yakyuka n'eva ku lunaku olw'omukaaga n'edda ku lwe Sande, okuva mu Ndagaano Enkadde okudda mu Ndagaano Empya. Essuula eno era ennyonnyola engeri omuntu gyalina okukuuma olunaku olwa Ssabbiiti nga lutukuvu, naddala mu ngeri ez'enjawulo ssatu.

Essuula eno era eraga embeera ezo omuntu z'ayinza okuwoneramu omusango singa abeera takuumye lunaku olwa ssabbiiti nga lutukuvu—so nga waliwo okukola ku lunaku olwa ssabbiiti lwe kiyinza okukkirizibwa.

"Etteeka Ery'okutaano" Wannyonyola mu bujjuvu engeri gy'olina okuwaamu bazadde bo ekitiibwa mu ngeri ey'obwakatonda. Era tuyiga ne kye kitegeeza okuwa Katonda ekitiibwa, nga ye Taata w'omwoyo waffe, n'ebika by'emikisa bye tufuna bwe tumussaamu ekitiibwa, ne bwe tussaamu abazadde baffe ab'oku nsi ekitiibwa, ne mu mazima Ge.

Essuula ku "Etteeka Ery'omukaaga" erimu emirundi ebbiri: ekitundu ekisooka kiteeka essira ku kibi eky'okutta okw'okungulu, ekitundu eky'okubiri kinnyonnyola engeri ey'omwoyo ey'okukola ekibi eky'okutta munda mu mutima, nga bangi ku bakristaayo bandiba nga bakikola, naye ne batamanya.

"Etteeka Ery'omusanvu" ey'ogera ku kibi eky'okwenda mu buntu n'ekibi eky'okwendera mu mutima, era nga kye kisinga okutiisa. Era nga essuula eno eyogera ne ku biki ebiddirira mu mwoyo ng'omuntu akoze ekibi kino, n'engeri gyalina okusiiba n'okusaba, ebiyinza okuyamba omuntu okweggyako ekibi ekyo ng'ayambibwako Omwoyo Omutukuvu n'ekisa saako amaanyi ga Katonda.

"Etteeka Ery'omunaana" ey'ogera ku bubbi obw'okungulu, n'obubbi obw'omwoyo. Essuula eno era eyogera ku ngeri omuntu gyayinza okwonoona ng'abba Katonda olw'okulemererwa okuwaayo ekimu eky'ekkumi n'ebiweebwayo, oba olw'okukwata obubi ekigambo kya Katonda.

"Etteeka Ery'omwenda" Ey'ogera ku ngeri ez'emirundi essatu ez'okuwaayiriza, oba okulimba. Essuula eno essira eriteeka ku ngeri omuntu gyayinza okukuulayo ekibi eky'obulimba okuva mu mutima ggwe ng'ajjuza omutima gwe n'amazima.

"Etteeka Ery'ekkumi" Ey'ogera ku ngeri ze tuyinza okwonoona singa twegomba ebintu ebya balala. Era wano tuyiga nti emikisa egya ddala kwe kuba nga emyoyo gyaffe gikulaakulana, kubanga emyoyo gyaffe bwe gikulaakulana, tufuna omukisa ogw'okukulaakulana mu mbeera zonna ez'obulamu bwaffe.

Ekisembayo, mu ssuula esembayo, "Amateeka Ag'okubeera awamu ne Katonda," nga bwe twekenneenya obuweereza bwa Yesu Kristo oyo eyatuukiriza Amateeka mu kwagala, tuyiga nti tulina okwagala okusobola okutuukiriza ekigambo kya Katonda. Era tuyiga n'ekika ky'okwagala ekissukuluma ku bwenkanya.

Nzikkiriza nti ekitabo kino kinaayamba, omusomi, n'ategeera bulungi emiganyulo egy'omwoyo egiri mu Mateeka Ekkumi. Era ng'ogondera amateeka ga MUKAMA, k'obeere nga bulijjo mu kubeerawo kwa Katonda okutangalijja. Era nsaba mu linnya erya Mukama nti ng'otuukiriza amateeka Ge, otuuke mu kifo mu bulamu bwo obw'ekikristaayo nga buli kusaba kwo kwonna kuddibwamu, n'emikisa Gye gikulukute mu mbeera zonna mu bulamu bwo!

Geumsun Vin
Akulira Ekitongole Ekisinsuzi

Ebirimu

Eby'omuwandiisi
Ennyanjula

Essuula 1
Okwagala kwa Katonda okuli mu Mateeka Ekkumi   1

Essuula 2 Etteeka Erisooka
"Tobanga na Bakatonda balala Wendi"   13

Essuula 3 Etteeka Ery'okubiri
"Teweekoleranga Ekifaananyi oba Okukisinzanga"   29

Essuula 4 Etteeka Ery'okusatu
"Tolayiriranga Bwereere erinnya lya MUKAMA Katonda wo"   49

Essuula 5 Etteeka Ery'okuna
"Jjukira Olunaku olwa Ssabbiiti, Okulutukuzanga"   67

Essuula 6 Etteeka Ery'okutaano
"Kitaawo ne Nnyoko Obassangamu Ekitiibwa"   87

Essuula 7 Etteeka Ery'omukaaga
"Tottanga" 101

Essuula 8 Etteeka Ery'omusanvu
"Toyendanga" 117

Essuula 9 Etteeka Ery'omunaana
"Tobbanga" 135

Essuula 10 Etteeka Ery'omwenda
"Towaayirizanga Muntu munno" 151

Essuula 11 Etteeka Ery'ekkumi
"Teweegombanga Nnyumba ya Muntu Munno" 165

Essuula 12
Amateeka Ag'okubeera Awamu ne Katonda 181

Essuula 1

Okwagala kwa Katonda okuli mu Mateeka Ekkumi

Okuva 20:5-6

"Tobivuunamiranga ebyo, so tobiweerezanga; kubanga nze MUKAMA Katonda wo, ndi Katonda wa buggya, abiwalana ne ku baana, ebibi bya bajjajja baabwe okutuusa ku mirembe egy'oku bannakasatwe ne ku banakana, egy'abantu abankyawa, era addiramu abantu nga nkumi na nkumi abanjagala, abakwata amateeka Gange."

Emyaka bikumi bina ebiyise, Katonda yalonda Ibulayimu nti ye taata w'okukkiriza. Katonda n'awa Ibulayimu omukisa era n'akola naye endagaano, n'amusuubiza okumuwa ezzadde "ery'enkana emmunyeenye ez'omu ggulu, n'omusenyu oguli ku ttale ly'ennyanja."

Era mu kiseera kye, Katonda mu bwesigwa n'atonda eggwanga lya Isiraeri okuyita mu muzukulu wa Ibulayimu, Yakobo. Wansi w'enteekateeka ya Katonda, Yakobo ne batabani be baagenda mu Misiri okwewala enjala era ne babeerayo okumala emyaka 400. Bino byonna byali kitundu ku pulaani ya Katonda okubawonya okulumbibwa abamawanga okutuula nga bafuuse bangi era ab'amaanyi.

Abantu mu maka ga Yakobo baafuuka bangi, okuva ku bantu nsanvu—bwe baasooka okuva mu Misiri—ne baafuuka bangi abasobola okufuuka eggwanga eryetengeredde. Era eggwanga lino bwe lyagenda nga lifuuka ly'amaanyi, Katonda n'alondayo omusajja ayitibwa Musa eyafuuka omukulembeza w'abaisiraeri. Olwo nno Katonda n'alyoka abakulembera okubatwala mu nsi ensuubize Kanani, ensi ekulukuta n'amata wamu n'omubisi gw'enjuki.

Amateeka Ekkumi bye byali ebigambo eby'okwagala ebyava eri Katonda eri Abaisiraeri bwe Yali abakulembera okubatwala eri Ensi ensuubize.

Abaisiraeri okusobola okuyingira mu nsi ey'omukisa

Kanani, baalina okubeera n'ebisaanyizo bibiri: baalina okubeera n'okukkiriza mu Katonda; era baalina okumugondera. Wabula singa tewaali kipimirwako okukkiriza kwabwe n'obugonvu, tebanditegedde kye kitegeeza okubeera n'okukkiriza era omugonvu. Eno yensonga lwaki Katonda yabawa Amateeka Ekkumi okuyita mu mukulembeze waabwe Musa.

Amateeka Ekkumi bye biragiro eby'enjawulo ebyateekebwawo abantu okupimirangako eneeyisa yaabwe nga bagoberera Katonda, naye Katonda teyabakaka kugondera mateeka ago. Era Yamala kubalaga eby'amagaero eby'amaanyi Ge—nga asindikira Abamisiri ebibonoobono ekkumi, ng'ayawula mu Nnyanja Emyufu, okukyusa amazzi agakaawa, okufuka amalungi okunywa e Mara, okuliisa Abaisiraeri ne Maanu wamu n'obugubi—olwo n'alyoka abawa Amateeka Ekkumi okugobereranga.

Kyokka obubaka obusingayo obukulu wano kwe kuba nti buli kigambo kya Katonda kyonna, omuli Amateeka Ekkumi, tebyaweebwa Baisiraeri bokka, wabula n'eri abo bonna abamukkiririzaamu olwaleero, nga yengeri ennyangu ey'okufunamu okwagala Kwe n'emikisa.

Omutima gwa Katonda Oyo Eyatuwa Amateeka

Mu kugunjula abaana, abazadde bawa abaana baabwe amateeka mangi; amateeka nga "Mulina okunaaba mu ngalo nga muvudde ebweru okuzannya," oba "Mulina okuyiga okwebika nga mwebase," oba "Temusalanga ekkubo ng'ekitaala ekibakkiriza okusala kyase kimyufu."

Abazadde ekibaweesa abaana baabwe amateeka gano gonna si ku babonyaabonya. Wabula babasomesa amateeka gano gonna olw'okuba babagala. Kya butonde omuzadde okwagala okukuuma omwana we aleme kugwa mu buzibu oba okulwala, era okubayamba basobole okubeera obulungi mu bulamu bwabwe bwonna. Ne Katonda kye yava atuwa ffe abaana Be Amateeka Ekkumi: kubanga Atwagala.

Mu Kuva 15:26, Katonda agamba nti, *"Oba nga oliwulira nnyo eddoboozi lya MUKAMA Katonda wo, n'okola obutuukirivu mu maaso Ge n'owulira amateeka Ge, n'okwata by'alagira byonna, sirikuteekako ggwe endwadde zonna ze nnateka ku Bamisiri, kubanga nze MUKAMA akuwonya."*

Mu Eby'abaleevi 26:3-5, Agamba nti, *"Bwe munaatambuliranga mu Mateeka Gange ne mwekuumanga ebiragiro byange, ne mubikola, kale naawanga enkuba yammwe mu ntuuko zaayo, n'ensi eneebalanga ekyengera kyayo, n'emiti egy'omu nnimiro ginaabalanga ebibala byagyo. N'okuwuula kwammwe kunaatuukanga ku kunoga zabbibu, n'okunoga kunaatuukanga ku biro eby'okusigiramu, era munaalyanga emigaati gyammwe okukkuta, ne mutula mu nsi yammwe mirembe."*

Katonda yatuwa amateeka tusobole okumanya engeri

ey'okumusisinkanamu, okufuna emikisa Gye n'okuddamu eri okusaba kwaffe, era bwe tutyo tutambulire mu mirembe ne ssanyu mu bulamu bwaffe.

Ensonga endala lwaki twetaaga okugondera amateeka ga Katonda, omuli Amateeka Ekkumi, olw'ensonga y'amateeka amalambulukufu agafuga ensi ey'omwoyo. Nga buli ggwanga bwe lirina amateeka gaalyo, Obwakabaka bwa Katonda bulina amateeka ag'omwoyo agaateekebwawo Katonda. Wadde Katonda Ye yatonda ensi yonna era nga Ye mutonzi afuga buli kimtu omuli obulamu, okufa, ebikolimo n'emikisa. Si Nakyemalira. Yensonga wadde Ye yatonda amateeka, Ye yennyini agagoberera nnyo.

Nga bwe tugondera amateeka ge ggwanga lye tulimu ng'abatuuze, Bwe tuba nga twakkiriza Yesu Kristo ng'omukozi waffe era nga twafuuka abaana ba Katonda era abatuuze ab'obwakaba Bwe, olwo nno tulina okugoberera amateeka ga Katonda n'obwakabaka Bwe.

Mu Bassekabaka 2:3 kyawandiikibwa nti, *"Era okwatanga MUKAMA Katonda wo bye yakukuutira. okutambuliranga mu makubo Ge, okukwatanga amateeka Ge n'ebiragiro Bye, n'ebyo bye yategeeza. ng'ebyo bwe biri ebyawandiikibwa mu Mateeka ga Musa, olyoke olabenga omukisa mu byonna by'okola, ne buli gy'onookyukiranga."*

Okugondera amateeka ga Katonda kitegeeza okugondera

ekigambo kya Katonda, nga mwe muli N'amateeka Ekkumi, agaawandiikibwa mu Bayibuli. Bw'ogondera amateeka gano, osobola okufuna obukuumi bwa Katonda n'emikisa era n'obeera bulungi yonna gyogenda.

So nga, bw'ojeemera amateeka ga Katonda, omulabe Setaani alina obuyinza okukukema n'okukuleetera ebizibu, bwatyo Katonda abeera tasobola ku kukuuma. Okujeemera amateeka ga Katonda kwe kwonoona, era kwe kufuuka omuddu w'ekibi ne Setaani, oyo ajja okukutwala mu geyeena.

Katonda Ayagala Okutuwa Omukisa

Ensonga enkulu lwaki Katonda yatuwa Amateeka Ekkumi lwakuba Atwagala era ayagala okutuwa omukisa. Tayagala kutuwa emikisa egitagwawo egy'omu ggulu gyokka, wabula ayagala tufune n'emikisa Gye wano ku nsi. Bwe tutegeera okwagala kwa Katonda kuno, tulina kwebaza bwebaza Katonda olw'okutuwa amateeka era tugagoberera mu ssanyu n'okugagondera.

Tutera okukiraba nti abaana bwe bategeera nti abazadde baabwe babagala nnyo, bagezaako nga bwe basobola okugondera bazadde baabwe. Era ne bwe babeera balemereddwa okugondera abazadde baabwe ne babakangavvula, olw'okuba bakitegeera nti bazadde baabwe bakikola lwa kubagala, bayinza okugamba nti, "Maama/Taata, sijja kuddamu," era ne bagwa mu mikono gy'abazadde. Era bwe bakula ne bategeerera ddala okwagala kw'abazadde baabwe gye bali, abaana bajja kugondera bazadde baabwe okusobola okubasanyusa.

Okwagala kw'abazadde baabwe okwa ddala kwe kuwa abaana amaanyi okugonda. Bwe kityo bwe kiba bwe tugondera ebigambo bya Katonda byonna ebyawandiikibwa mu Bayibuli. Abantu bagezaako nga bwe basobola okugondera amateeka kasita bategeera nti Katonda yatwagala nnyo N'atusindikira Omwana we Omu yekka, Yesu Kristo, mu nsi muno okufa ku musalaba.

Era gye tukoma okubeera n'okukkiriza nti Yesu Kristo, eyali talina kibi kyonna, yabonyaabonyezebwa era n'afa ku musalaba ku lw'ebibi byaffe, gye tukoma okubeera mu ssanyu nga tugondera amateeka gano.

Emikisa gye Tufuna bwe Tutambulira mu Biragiro Bye

Ba jjajja ffe ab'okukkiriza, abaagondera buli kigambo kya Katonda era ne batambulira mu biragiro Bye byonna, baafuna emikisa mingi era ne baweesa Katonda Kitaffe ekitiibwa n'emitima gyabwe gyonna. Era olwaleero, batumulisa n'ekitangaala eky'olubeerera eky'amazima ekyo ekitazikira.

Ibulayimu, Danyeri, n'omutume Pawulo be bamu ku bantu bano ab'okukkiriza. Era n'olwaleero, wakyaliyo abantu ab'okukkiriza abagenda mu maaso nga bakola abantu bano bye baakola.

Eky'okulabirako, pulezidenti ow'omulundi ogw'ekkumi n'omukaaga mu Amerika, Abraham Lincoln yasomera emyezi mwenda gyokka, naye olw'embala ye eyali ennungi okukamala n'empisa, yayagalibwa nnyo era bangi bamussaamu ekitiibwa n'olwaleero. Maama wa Abraham, Nancy Hanks Lincoln, yafa nga Lincoln alina emyaka mwenda gyokka, naye bwe yali akyali mulamu, yamusomesanga okubaako ennyiriri mu Bayibuli zaakwata n'okugonderanga amateeka ga Katonda.

Era bwe yamanya nti yali agenda kufa, yayita mutabani we n'amugamba ebigambo bino nga tannassa mukka gwe ogw'enkomerero, "Njagala mwana wange oyagale nnyo Katonda era ogondere amateeka Ge." Abraham Lincoln bwe yakula, n'afuuka munnabyabufuzi ow'etutumu, era n'akyusa ebyafaayo ng'awera obuddu, ebitabo enkaaga mw'omukaaga ebya Bayibuli byamubeeranga ku lusegere. Abantu nga Lincoln, abatambulira Katonda ku lusegere era ne bagoberera ebigambo Bye, Katonda bulijjo abalaga obukakafu bw'okwagala Kwe.

Ebbanga lyali terinnayita nnyo nga n'akatandika ekkanisa yaffe, n'enkyalirako abafumbo abaali bamaze emyaka mingi mu bufumbo naye nga tebalina baana. Nga nnung'amizibwa Omwoyo Omutukuvu, n'akulemberamu okusinza era n'empa abafumbo bano omukisa. Ne mbaako kye mbasaba. N'abasaba nti bakuumenga olunaku olwa Ssabbiiti nga lutukuvu nga basinza Katonda buli lwa Sande, baweeyo ekimu eky'ekkumi, era bagondera Amateeka Ekkumi.

Abafumbo bano abaali bakakkiriza ne batandika okujjanga mu kanisa buli lwa Sande n'okuwaayo ekimu eky'ekkumi, nga Katonda bwe yalagira. Era ekyavaamu, baafuna omukisa gw'okuzaala era ne bazaala abaana abalamu obulungi. Ate si ekyo kyokka, Baafuna omukisa gw'ebyensimbi. Era kati omwami aweereza ng'omukadde mu kanisa, era amaka ago bawagizi nnyo mu kuwaayo ku lw'okuddukirira abalala, n'okutambuza enjiri.

Okugondera ebiragiro bya Katonda kibeera nga okukwata ttabaaza wakati mu kizikiza eky'amaanyi. Bwe tubeera n'ekitangaala eky'amaanyi, tubeera tetwerariikirira nti tunaakona ebintu nga tetubirabye. Mu ngeri y'emu, Katonda, nga gwe musana, bw'aba naffe, Atuyisa mu mbeera zonna, era ne tuba nga tusobola okweyagalira mu mikisa gyonna n'obuyinza ebyo ebyategekebwa abaana ba Katonda.

Ekisumuluzo eri Okufuna buli Kintu kyonna Ky'osaba

Mu 1 Yokaana 3:21-22 wagamba nti, *"omutima bwe gutatusalira kutusinga, tuba n'obugumu eri Katonda, era buli kye tusaba akituwa, kubanga tukwata ebiragiro Bye era tukola ebisiimibwa mu maaso Ge."*

Ddala tekisanyusa nnyo okumanya nti bwe tugondera

ebiragiro ebyawandiikibwa mu Bayibuli era ne tukola ebyo ebisanyusa Katonda, tusobola okuyimirira nga tuli bagumu ne tumusaba kyonna era n'atuddamu? Katonda nga ateekwa kubeera musanyufu, ng'atunuulira abaana Be abagonvu n'amaaso Ge ag'omuliro era n'aba ng'asobola okuddamu okusaba kwabwe kwonna, okusinziira ku mateeka ag'ensi ey'omwoyo!

Eno yensonga lwaki Amateeka Ekkumi galinga akatabo ak'okwagala akatusomesa engeri ezisingayo okusobola okufuna emikisa gya Katonda nga tuteekebwateekebwa wano ku nsi. Amateeka gatusomesa engeri gye tuyinza okwewala obubenje n'ebyo ebigwa bitalaze n'engeri gye tuyinza okufunamu emikisa.

Katonda teyatuwa mateeka okubonereza abo abatagagondera, wabula okutuganya okweyagalira mu mikisa egitaggwawo egy'obwakabaka Bwe mu bwakabaka Bwe obulungi olw'okugondera amateeka Ge (1 Timoseewo 2:4). Bw'otegeera n'okumanya omutima gwa Katonda era n'otambulira mu mateeka Ge, osobola okufuna n'okwagala Kwe okusingawo.

Era, bwe weekenneenya buli tteeka, era n'ogondera buli tteeka n'amaanyi Katonda gakuwa, olina okubeera ng'osobola okufuna emikisa gyonna gyoyagala okufuna okuva Gyali.

Essuula 2
Etteeka Erisooka

"Tobanga na Bakatonda balala Wendi"

Okuva 20:1-3

Katonda n'ayogera ebigambo bino byonna, ng'ayogera nti,
"Nze MUKAMA Katonda wo, eyakuggya mu nsi ey'e Misiri mu nnyumba ey'obuddu. Tobanga na bakatonda balala we Ndi."

Abantu babiri abagalana bawulira essanyu okubeerako awamu. Yensonga lwaki abagalana tebawulira mpewo wadde nga bali wakati mu butiti, era yensonga lwaki basobola okukola buli omu munne kyamusaba, ne bwe kiba kizibu kitya, kasita kibeera nga kisanyusa munne. Ne bwe kubeera kwewaayo ku lw'omulala, babeera bawulira bulungi okubeera nga basobola okubaako kye bakolera omulala, era babeera basanyufu bwe balaba essanyu mu maaso g'omuntu omulala.

Bwe kityo bwe kiri ne mu kwagala kwaffe eri Katonda. Bwe tuba nga twagalira ddala Katonda, olwo nno okugondera amateeka Ge tekirina kutuzitoowerera; kyokka tulina kubeera nga tukifunamu ssanyu.

Amateeka Ekkumi Abaana ba Katonda Ge Balina Okugondera

Olwaleero, abantu abamu abeeyita abakkiriza batera okugamba nti, "Tuyinza tutya okugondera Amateeka Ekkumi aga Katonda gonna?" Kwe kugamba bategeeza nti, olw'okuba abantu si batuukirivu, tekisoboka okugondera amateeka ekkumi. Tuyinza kugezaako bugeza okugondera amateeka gonna.

Naye mu 1 Yokaana 5:3, kyawandiikibwa nti, *"Kubanga kuno kwe kwagala kwa Katonda ffe okukwatanga ebiragiro Bye, era ebiragiro Bye tebizitowa."* Kino kitegeeza nti obukakafu nti twagala Katonda kwe kubeera nga tugondera Amateeka Ge, Era nti amateeka Ge tegazitowa okuba nti tetuyinza kugagoberera.

Mu biseera eby'Endagaano Enkadde, abantu baalina okugondera amateeka mu kwagala kwabwe n'amaanyi gaabwe, naye kati mu kiseera eky'Endagaano Empya, omuntu yenna akkiriza Yesu Kristo ng'omulokozi we afuna Omwoyo Omutukuvu amuyamba okugonda.

Omwoyo Omutukuvu ali omu ne Katonda, era ng'omutima gwa Katonda, Omwoyo Omutukuvu alina obuvunaanyizibwa okuyamba abaana ba Katonda. Yensonga lwaki Omwoyo Omutukuvu olumu yeegayirira ku lwaffe, atubudaabuda, era n'alung'amya ebikolwa byaffe, era n'atufukako okwagala kwa Katonda tusobole okulwanyisa ekibi, okutuuka ne kussa ery'okuyiwa omusaayi, era ne tutambulira mu kwagala kwa Katonda (Ebikolwa 9:31, 20:28; Abaruumi 5:5, 8:26).

Bwe tufuna amaanyi gano okuva eri Omwoyo Omutukuvu, tusobola okutegeera mu ngeri ey'ebuziba okwagala kwa Katonda okwatuweesa omwana We omu yekka, olwo nno ne tusobola okugonda mu bwangu ekyo kye tubadde tetusobola kugondera mu kwagala kwaffe n'amaanyi gaffe. Waliwo abantu abagamba nti kizibu nnyo okugondera amateeka ga Katonda, naye nga tebagezanganako okugagondera. Ne beeyongera okutambulira mu kibi. Abantu bano Katonda tebamwagala kuviira ddala ku ntobo y'emitima gyabwe.

Mu 1 Yokaana 1:6 wagamba nti, *"Bwe twogera nga tussa kimu Naye ne tutambuliranga mu kizikiza, tulimba ne tutakola mazima"* ne mu 1 Yokaana 2:4, wagamba nti, *"Ayogera nti, 'Mmutegedde. n'atakwata biragiro Bye, ye mulimba n'amazima tegali mw'oyo."*

Ekigambo kya Katonda, nga ge mazima era nga y'ensigo ey'obulamu, bwe kibeera mu muntu, tasobola kwonoona. Kijja kumulung'amya okudda eri amazima. Kale omuntu bwagamba nti akkiririza mu Katonda naye nga tagondera mateeka Ge, kitegeeza nti amazima ddala tegali mu ye, alimba mu maaso ga Katonda.

Olwo etteeka erisookera ddala ku mateeka abaana ba Katonda ge balina okugondera okulaga nti ddala bamwagala, lye liri wa?

"Tobanga na Bakatonda balala Wendi"

"Oyo" alagirwa ye Musa, eyafuna Amateeka Ekkumi obutereevu okuva eri Katonda, Abaana ba Isiraeri abaafuna amateeka okuyita mu Musa, n'abaana ba Katonda bonna abaliwo leero abaalokolebwa olw'erinnya lya Mukama. Lwaki olowooza Katonda alagira abantu obutakulembeza katonda mulala yenna okujjako Ye nga lye tteeka erisookedde ddala?

Kino kiri bwe kityo lwakuba Katonda Ye yekka omutuufu, ali omu era Ye Katonda omulamu yekka, omutonzi w'eggulu n'ensi.

Era, Katonda yekka yalina obuyinza ku nsi yonna, ku byafaayo by'omuntu, okufa n'obulamu, era yagaba obulamu obutuufu n'obulamu obutaggwaawo eri omuntu.

Katonda Ye yekka eyatuggya mu buddu obw'ekibi mu nsi eno. Eno yensonga lwaki tetulina kuteeka katonda mulala yenna mu mutima gwaffe, okujjako Ye.

Naye abantu bangi abasirusiru abeesamba Katonda ne bamala obudde nga bali mu kusinza bakatonda ab'obulimba. Abamu basinza ekifaananyi kya Budda, oyo atasobola wadde okutemya, abamu basinza amayinja, abamu basinza emiti emikulu ennyo, abamu batunula awo emmunyeenye n'enjuba we byetooloolera era ne basinza.

Abantu abamu basinza obutonde bw'ensi abamu ne bakoowoola amanya g'abakatonda ab'obulimba nga bakoowoola emyoyo gyabo abaafa. Buli ggwanga n'abantu abalina langi ez'enjawulo balina bakatonda abalala. Mu nsi ya Japan yokka, bagamba balina ebifaananyi bingi bye basinza, era nga balina bakatonda obukadde munaana.

Naye lwaki olowooza abantu bakola bakatonda ab'obulimba era ne babasinza? Kibaawo lwakuba banoonya engeri ey'okuwulira obulungi, oba bagoberera bugoberezi bajjajjabwe bye baakolanga so nga byali bikyamu. Oba, bayinza okubeera abaluvu abagala okufuna emikisa emingi nga basinza bakatonda ab'enjawulo.

Naye ekintu kimu ekirina okujjukirwanga nti okujjako Katonda Omutonzi, teri katonda mulala yenna alina maanyi okutuwa emikisa, wadde okutulokola.

Obukakafu mu Nkula Obulaga nti Katonda ye Mutonzi

Kyawandiikibwa mu Baruumi 1:20, *"Kubanga ebibye ebitalabika okuva ku kutonda ensi birabikira ddala nga bitegeererwa ku bitonde, obuyinza Bwe obutaggwaawo n'obwakatonda Bwe, babeera nga tebalina kya kuwoza."* Bwe tutunuulira ensi bwe yakula n'ebigirimu, tukiraba nti ddala waliwo Omutonzi eyagitonda, era ng'omutonzi ali omu.

Eky'okulabirako, bwe tutunuulira abantu ku nsi, abantu bonna balina enkula y'emu. Era ebitundu ku mubiri gwa buli muntu bikola omulimu gwe gumu, oba omuntu muddugavu oba mweru, oba ava mu nsi ki, bonna balina amaaso abiri, amatu abiri, ennyindo emu, omummwa, era nga biri mu kifo kye kimu eri buli muntu. Era, kino bwe kiri ne mu nsolo.

Enjovu zirina ennyindo empanvu. Naye ne ku nnyindo ey'ekikula ekyo, kuliko obutuli bubiri. Obumyu, bulina amatu mawanvu, so nga n'ensolo enkambwe n'azo zirina amaaso abiri, omummwa, n'amatu era nga biri mu kifo kye kimu nga eky'abantu. Ebintu ebirina obulamu bingi nnyo, nga ensolo, ebyennyanja, ebinnyonyi, n'obuwuka—ng'ogyeeko ebintu ebitonotono ebibifuula eby'enjawulo ku birala—birina ebitundu bye bimu eby'omubiri ebikola emirimu egy'enjawulo. Kino kikakasa nti eyabitonda ali omu.

Ebintu ebyenjawulo ebibaawo ng'omuntu tabirinaako kakwate bikakasa bulungi nnyo okubeerawo kwa Katonda Omutonzi. Omulundi gumu buli lunaku, ensi yeetoolola ku mpagi eyo mu bwengula, mu mwaka, ensi yetooloola enjuba omulundi gumu, so nga mu mwezi, omwezi gwetooloola ensi omulundi gumu. Olw'okwetooloola okw'ekika kino, waliwo ebintu bingi nnyo ebibaawo byokka na byokka. Kye tuva tubeera n'emisana n'ekiro, n'embeera z'obudde ez'emirundi ena. Amazzi g'ennyanja ga mbuka ne gakka, n'enkyukakyuka mu bbugumu.

Ekifo ensi w'eri n'okwetooloola kwayo yensonga lwaki esobola okubeeramu abantu, n'ebintu ebirala byonna ebirina obulamu. Ebbanga eririwo wakati w'enjuba n'ensi ly'eryo, terina kubeera kumpi kusingako awo oba okubeera ewala okusingako w'eri. Era ng'enjuba awo w'ebadde ebbanga lyonna okuviira ddala ng'ebiro byakabaawo, era nga ensi okwetooloola enjuba kizze kibeerawo okumala ebbanga ddene nnyo, awatali nsobi yonna.

Olw'okuba ensi n'obwengula byatondebwa mu magezi ga Katonda era kw'ebitambulira, waliwo ebintu bingi nnyo ebyewuunyisa abantu bye batayinza kutegeera, ebibaawo bulijjo.

N'obukakafu obw'ekika ekyo, tewali n'omu alyogera ku lunaku olw'omusango nti, "Ssakkiriza kubanga nali simanyi nti

Katonda gyali."

Olunaku lumu, Sir Isaac Newton yagamba makanika omukugu okumuzimbira mu ngeri ey'ekikugu ekintu ekyefaananyirizaako engeri ebintu gye bitambulamu mu bwengula. Lumu, waliwo mukwano gwe eyali takkiririza mu Katonda eyajja okumukyalirako, n'alaba enkola eno eyali ezimbiddwa. N'akwata ku manduso, ne wabaawo ekintu ekyewuunyisa ekyabaawo. Buli ssengendo n'etandika okwetooloola enjuba ku misinde gya njawulo!

Mukwano gwe ne yeewuunya nnyo, era n'agamba mu kwewuunya nti, "Wabula kino kye muzimbye kineewuunyisizza nnyo! Ani yakikoze?" Olowooza Newton yamuddamu atya? Yamugamba nti, "Tewali yakikoze. Kyekoze kyokka mu butanwa."

Mukwano ggwe n'alaba nga Newton eyali amusaagisa, n'amuddamu nti, "Eki?! Olowooza ndi musiru? Ekintu eky'ekikugu kino kiyinza kitya okwekola kyokka?"

Newton bweyawulira kino, naye kwe kumuddamu nti, "Kino kyakulabirako kitono nnyo ku ngeri yennyini ebintu eby'omu bwengula gye bitambulamu. Olaba ogamba nti kino tekisobola kwekola kyokka kirina okubaako eyakikoze. Olwo oyinza otya okunnyonnyola omuntu nti eby'omubwengula, ebikozesa amagezi ag'ekikugu ennyo okusinga kino nti byereetawo byokka, nga tewali yabitonda?"

Kino Newton kye yawandiika mu kitabo kye, *The Philosophiæ Naturalis Principia Mathematica,* ekitegeeza nti "Okubala nnono ez'engeri eby'obutonde bwe bitambula" era nga batera okukiyita Principia, "Enkola eno etambuza omwezi, enjuba ne ssengendo ez'enjawulo mu bwengula, esobola kukolebwa amagezi ag'omuntu omugezi ennyo era asinga amaanyi. ... ayitibwa [Katonda] oyo eyaliwo era aliba."

Eno yensonga lwaki bannasayansi bangi abeekenneenya engeri eby'obutonde gye bikolamu Bakristaayo. Gye bakoma okusoma eby'obutonde ensi n'obwengula, gye bakoma okuzuula amaanyi ga Katonda agasingayo.

So nga era, okuyita mu by'amagero n'obubonero ebyo ebituuka ku bakkiriza, okuyita mu baddu n'abakozi ba Katonda abo bayagala era bakkiriza, n'okuyita mu byafaayo by'abasajja abaatuukiriza obunnabbi mu Bayibuli, Katonda atulaga obukakafu tusobole okumukkirirrizaamu, nti ye Katonda omulamu.

Abantu Abaazuula nti Katonda Ye Mutonzi nga Tebamaze Kuwulira Njiri

Bw'otunuulira ebyafaayo by'omuntu, osobola okulaba

nti abantu abaalina emitima emirungi abataawulira ku njiri baateegera Katonda oyo omu yekka Omutonzi era ne bagezako okutambulira mu butuukirivu.

Abantu abalina emitima egitali mirongoofu era egitabuddwatabuddwa baasinzanga bakatonda bangi okusobola okuwulira obulungi. So nga ku ludda olulala, abantu abaalina emitima emirungi era emiyonjo baasinzanga era ne baweereza Katonda oyo Omutonzi, wadde nga baali tebawuliranga ku Katonda.

Eky'okulabirako, Admiral Soonshin Yi, eyabeerawo mu kiseera ky'obwakabaka bwa Chosun mu Korea, yaweereza eggwanga lye, Kabaka, n'abantu be n'obulamu bwe bwonna. Yawanga bazadde be ekitiibwa, era mu bulamu bwe bwonna, teyeenoonyezanga bibye, wabula nga yeewaayo ku lw'abalala. Wadde yali tawuliranga ku Katonda ne Mukama waffe Yesu, teyasinza katonda shaman, emizimu oba emyoyo emibi, wabula n'omutima omulungi, yatunulanga mu ggulu era ng'akkiririza mu omu omutonzi.

Abantu bano abalungi tebaayiga kigambo kya Katonda, naye osobola okukiraba nti baagezangako okutambulira mu bulamu obuyonjo era obutuukirivu. Katonda yaggulira abantu ab'ekika kino ekkubo okuba nga balokolebwa, okuyita mu kintu ekiyitibwa "okusala omusango ogw'Omutima." Eno y'engeri ya Katonda ey'okuwa obulokozi abantu abo mu biseera by'endagaano Enkadde, oba abantu oluvannyuma lwa Yesu

Kristo kyokka nga tebaafuna mukisa okuwulira enjiri.

Mu Baruumi 2:14-15, kyawandiikibwa nti, *"Kubanga Abamawanga abatalina mateeka bwe bakola mu buzaaliranwa eby'amateeka, abo, bwe bataba na mateeka, beebeerera amateeka bokka, kubanga balaga omulimu gw'amateeka nga gwawandiikibwa mu mitima gyabwe, omwoyo gwabwe nga gutegeeza wamu, n'ebirowoozo byabwe nga biroopagana oba nga biwozagana byokka na byokka."*

Abantu abalina omutima omulungi bwe bawulira enjiri, bajja kukkiriza Mukama mu mitima gyabwe mangu ddala. Katonda yaganya emyoyo gino okugira nga gibeera mu 'Magombe aga Waggulu' basobole okuyingira mu ggulu.

Obulamu bw'omuntu bwe bukoma, omwoyo gwe guva mu mubiri gwe. Omwoyo ne gugira nga gubeera mu kifo ekiyitibwa "Amagombe." Amagombe kye kifo awatuukirwa, omuntu wayigira obulamu obw'ensi ey'omwoyo nga tannagenda mu kifo kye eky'olubeerera. Ekifo kino kigabanyizibwamu emirundi ebiri, "Amagombe aga wagglu," ng'eyo abantu abaalokolebwa gye balindira, ne "Amagombe aga wansi," ng'eyo emyoyo egitaalokolebwa gye girindira mu kubonaabona (Olubereberye 37:35; Yobu 7:9; Okubala 16:33; Lukka 16).

Naye mu Bikolwa 4:12, wagamba, *"So tewali mu mulala bulokozi kubanga tewali na linnya ddala wansi w'eggulu eryaweebwa abantu eritugwanira okutulokola."* Kale, okusobola okuganya emyoyo egyo mu Magombe aga Waggulu okufuna omukisa okuwulira enjiri, Yesu yagenda mu Magombe aga Waggulu okugabana enjiri wamu n'abo.

Ebyawandiikibwa biwagira amazima gano. Mu 1 Peetero 3:18-19, wagamba nti, *"Kubanga era ne Kristo yabonyaabonyezebwa olw'ebibi omulundi gumu, omutuukirivu olw'abatali batuukirivu, atuleete eri Katonda, bwe yattibwa omubiri naye n'azuukizibwa omwoyo, era gwe yagenderamu n'abuulira emyoyo egiri mu kkomera."* Egyo emyoyo "emirungi" mu Magombe aga Waggulu Bategeera Yesu, ne bawulira enjiri, era ne balokolebwa.

Kale abantu abaalina emitima emirungi era ne bakkiririza mu Mutonzi omu, oba baali mu kiseera eky'endagaano Enkadde nga tebaawulira ku njiri oba amateeka, oyo Katonda omwenkanya yatunula munda mu mitima gyabwe era n'abaggulira ekkubo ery'obulokozi.

Lwaki Katonda Yalagira Abantu Be Obutabeeranga na Bakatonda Balala Waali

Ebiseera ebimu, abatakkiriza bagamba, "Obukristaayo bulagira abantu okukkiririza mu Katonda omu. Kino tekifuula enzikiriza eyo okuba nga tekyukakyuka era ng'esosola?"

Waliwo n'abantu abeeyita abakkiriza naye nga beesigama ku

kusoma ebibatu by'engalo zaabwe, obulogo, okulagula n'ebiringa ebyo.

Katonda yatugambira ddala obutekkiriranya wadde n'akatono mu nsonga eno. Yagamba, "Tobanga na bakatonda balala wendi." Kino kitegeeza tetulina kwesembereza n'okuddiza ekitiibwa ebifaananyi oba ebitonde bya Katonda byonna. Oba okubitwala nti byenkana ne Katonda mu ngeri yonna.

Eriyo Omutonzi omu, oyo eyatutonda, era ng'oyo yekka Yawa omukisa, era Ye yekka asobola okutuwa obulamu. Bakatonda ab'obulimba n'ebifaananyi abantu bye basinza biva eri omulabe setaani. Era bano bawakana ne Katonda.

Omulabe setaani agezaako okutabulatabula abantu basobole okuva ku Katonda. Nga basinza ebintu eby'obulimba bwe batyo ne babeera nga basinza Setaani, era ne batambula nga badda eri okuzikirira kwabwe.

Eno yensonga lwaki abantu abagamba nti bakkiririza mu Katonda kyokka nga bakyasinza ebifaananyi mu mitima gyabwe bakyali wansi w'omulabe setaani. Olw'ensonga eno bagenda mu maaso n'okubonaabona n'obulumi, ennaku, obulwadde, n'okukaaba.

Katonda kwagala, era tayagala bantu Be kusinza bifaananyi na bakatonda balala kubanga babeera batambula badda eri okufa okw'olubeerera. Eno yensonga lwaki Atulagira obutabeeranga na bakatonda balala bonna Waali. Nga tusinza Ye yekka, tusobola okubeera n'obulamu obutaggwaawo, era tusobola n'okufuna emikisa emingi okuva Gyali nga tuli ku nsi kuno.

Tulina Okufuna Emikisa Olw'okwesigama ku Katonda Yekka

Mu 1 Byomumirembe 16:26, kyawandiikibwa nti, *"Kubanga bakatonda bonna ab'amawanga bye bifaananyi, naye MUKAMA ye yakola eggulu."* Singa Katonda yali tayogedde nti, "Tobanga na bakatonda balala Wendi," olwo abantu abatannasalawo oba n'abakkiriza abamu, mu butamanya bandyesanze basinza ebifaananyi, bwe batyo ne batambula ng'abadda eri okufa okw'olubeerera.

Kino tusobola okukirabira mu byafaayo by'Abaisiraeri. Abaisiaeri, ekitali ku bantu balala bonna, baasomesebwa ku Mutonzi w'ensi omu yekka, era ne beerabira ne ku maanyi Ge emirundi egitabalika. Kyokka ekiseera bwe kyayitawo, ne bava ku Katonda ne batandika okusinza bakatonda abalala n'ebifaananyi.

Baalowooza nti ebifaananyi by'Abamawanga byalabikanga bulungi, bwe batyo ne batandkika okubisinza nga bwe basinza ne Katonda. Era ekyavaamu, baafuna okukemebwa okwa buli kika, okubonaabona, n'ebibonoobono omulabe Setaani era omulyolyomi bye yabaleeta gye bali. Obulumi bwe bwabasukangako n'ebizibu, olwo nga lwe beenenya ne badda eri

Katonda.

Ensonga lwaki Katonda, oyo ajjude okwagala, yabasonyiwa enfunda eziwera era nabalokola okuva mu mitawaana gye beetwalangamu lwakuba Yali tayagala kubalaba nga batambula badda eri okufa okwolubeerera olw'okusinza ebifaananyi.

Katonda agenda mu maaso n'okutulaga nti Ye Mutonzi, Katonda Omulamu, tusobola okumusinza, nga tusinza Ye Yekka. Yatulokola mu bibi okuyita mu mwana we, Yesu Kristo, era n'atusuubiza obulamu obutaggwaawo era n'atuwa essuubi ery'okubeera olubeerera mu ggulu.

Katonda atuyamba okutegeera n'okukkiriza nti Ye Katonda omulamu ng'atulaga eby'amagero, obubonero, n'ebyewuunyo okuyita mu bantu Be, n'okuyita mu bitabo enkaaga mw'omukaaga ebya Bayibuli saako ebyafaayo by'omuntu.

Bwe tutyo, tulina okusinza Katonda mu bwesigwa, oyo Omutonzi w'ensi, era afuga buli kyonna ekigirimu. Ng'abaana Be, tulina okubala ebibala bingi nga twesigama ku Ye yekka.

Essuula 3
Etteeka Ery'okubiri

"Teweekoleranga Ekifaananyi oba Okukisinzanga"

Okuva 20:4-6

"Teweekoleranga ekifaananyi ekyole, newakubadde ekifaananyi eky'ekintu kyonna kyonna, ekiri waggulu mu ggulu, newakubadde ekiri wansi ku ttaka, newakubadde ekiri mu mazzi agali wansi w'ettaka, tobivuunamiranga ebyo, so tobiweerezanga, kubanga nze MUKAMA Katonda wo ndi Katonda wa buggya, abiwalana ku baana ebibi bya bajjajja baabwe okutuusa ku mirembe egy'oku bannakasatwe ne ku bannakana, egy'abantu abankyawa, era addiramu abantu nga nkumi na nkumi abanjagala, abakwata amateeka Gange."

"Mukama yafa ku musalaba ku lwange. Nnyinza ntya okwegaana Mukama olw'okutya okufa? Waakiri ka nfe emirundi kkumi ku lwa Mukama okusinga okumulyamu olukwe mbu ndyoke mbeere mulamu emyaka kikumi, oba emyaka lukumi egitalina makulu. Nina okwewaayo kwa mulundi gumu. Nkwegayiridde nnyamba okuwangula amaanyi g'okufa nneme okuteeka Mukama mu buswavu nga mponya obulamu bwange."

Ebigambo bino byayogerwa Reverend Ki-Chol Chu, eyatibwa ng'omujulizi oluvannyuma lw'okugaana okuvuunamira essabo ly'aba Japan. Emboozi eno esangibwa mu kitabo ekiyitibwa, *More Than Conquerors: The Story of the Martyrdom of Reverend Ki-Chol Chu*. Nga tatidde kiso oba emmundu, Reverend Ki-Chol Chu yawaayo obulamu bwe okugondera ekiragiro kye Katonda eky'obutavuunamiranga kifaananyi kyonna.

"Teweekoleranga Ekifaananyi oba Okukisinzanga"

Ng'omukristaayo, buvunaanyizibwa bwaffe okwagala n'okusinza Katonda, Katonda yekka. Eyo yensonga lwaki Katonda yatuwa etteeka erisooka, "Tobanga na bakatonda balala wendi." N'okutugaanira ddala okusinza ebifaananyi, Yatuwa etteeka ery'okubiri, "Teweekoleranga Kifaananyi kyonna. Tokisinzanga oba okukiweerezanga."

Mu kutunula okwangu, oyinza okulowooza nti etteeka erisooka n'eryokubiri ge gamu. Naye nga gayawulibwa nga ganjawulo kubanga galina amakulu ag'omwoyo ga njawulo. Etteeka erisooka lirabula ku kubeera ne katonda assuka mw'omu, era litugamba okusinza n'okwagala Katonda omu yekka omutuufu.

Etteeka ery'okubiri litulabula obutasinzanga bifaananyi, era linnyonnyola n'emikisa gy'ojja okufuna singa onoosinzanga n'okwagala Katonda. Kati olwo katwekenneenye ekigambo 'ekifaananyi' kye kitegeeza.

Amakulu Ag'okungulu Ag'ekigambo "Ekifaananyi"

Ekigambo "ekifaananyi" kisobola okunyonyolebwa mu ngeri bbiri; ebifaananyi ebirabibwa n'okukwatibwako n'ebifaananyi eby'omwoyo. Okusooka, mu makulu ag'okungulu, "ekifaananyi" kye "kintu ekikolebwa okubeera katonda oyo atalina kikula kirabibwa, asobole okuba nga asinzibwa okuyita mu kyo."

Kwe kugamba, ekifaananyi kisobola okubeera ekintu kyonna: omuti, olwazi, ekifaananyi ky'omuntu, ebisolo, ebiwuka, ebinnyonyi, eby'omu nnyanja, enjuba, omwezi, emmunyeenye ez'omu bbanga, oba ekintu kyonna ekirowoozeddwako omuntu n'ekikolebwa ng'omuntu akikoze okukiggya mu byuma, ffeeza, zzaabu, oba ekintu ekirala kyonna ekiteereddwawo omuntu okukiwanga ekitiibwa n'okukisinza.

Naye ekifaananyi ekikoleddwa omuntu tekiba na bulamu, kale tekisobola kukuddamu, oba okukuwa emikisa. Abantu abaatondebwa mu kifaananyi kya Katonda, bwe batonda ekintu ekirala n'emikono gyabwe era ne bakisinza, nga bakisaba okubawa omukisa, ekyo nga kibeera kya busiru era ekisese!

Mu Isaaya 46:6-7 wagamba, *"Abaggya ezaabu nnyingi mu nsawo ne bapima effeeza mu minzaani, bagulirira omuweesi wa zaabu n'agifuula katonda, bavuunamira, weewaawo basinza. Bamukongojja ku kibegabga, bamusitula ne bamusimba mu kifo kye n'ayimirira, mu kifo kye talisegukawo, weewaawo, walibaawo alimu kaabirira, naye tayinza kwanukula newakubadde okumuwonya mu nnaku ze."*

Ekyawandiikibwa kino tekyogera ku kukola ebifaananyi n'okubisinza kyokka; wabula kyogera n'okukkiririza mu malogo oba okussaddaaka n'okusamira. Abantu okuba n'emizizo, obulogo byonna bigwa mu ttuluba eryo. Abantu balowooza okusamira kumalawo embeera enzibu era ne kutereeza ebintu, naye kino si kituufu. Abantu ab'omwoyo basobola okukiraba nti emyoyo egy'enzikiza era emibi gyettanira nnyo we basamira n'okusinza ebifaananyi, na bwe kityo, n'ebireetera abantu ababikkiririzaamu ebizibu n'okubonaabona. Ng'ogyeeko Katonda omulamu, teriiyo katonda yenna asobola okuwa omuntu emikisa emituufu. Bakatonda abalala be basibukako ebizibu n'okubonaabona.

Olwo, lwaki abantu bakola ebifaananyi n'okubisinza?

Lwakuba abantu bagala nnyo ekintu kye balaba n'amaaso, okuwulira oba kye basobola okukwatako.

Tusobola okulaba engeri eno abantu gye balowoozaamu, mu Baisiraeri bwe baali bavudde mu Misiri. Bwe baakoowoola Katonda olw'obulumi bwe baali bayitamu n'okutuyana okumala emyaka 400 nga bali mu buddu, Katonda n'alonda Musa ng'omukulembeza waabwe okubaggya mu Misiri, era n'abalaga buli kika kya bubonero n'ebyewuunyo, basobole okumukkiririzaamu.

Falaawo bwe yabagaana okugenda, Katonda n'asindika ebibonoobono kkumi ku Misiri. Era Ennyanja Emyufu bwe yali eremesezza Abaisiraeri okusala okudda oludda luli, Katonda n'agyawulamu wakati. Kyokka wadde baali balabye ku by'amagero eby'ekika kino, Musa bwe yali waggulu ku lusozi okumala ennaku amakumi ana okusobola okufuna Amateeka Ekkumi, abantu be ne baggwamu obugumiikiriza, ne beekolera ekifaananyi era ne bakisinza. Olw'okuba baali tebakyalaba muddu wa Katonda Musa, bayagala okutonda ekintu kye basobola okubeera nga balaba n'okusinza. Bwe batyo ne beekolera ennyana eya zaabu ne balyoka bagiyita katonda abatuusizza we baali. Era ne bawaayo ssaddaaka eri ennyana eno ne balya n'okunywa, n'okuzina mu maaso gaayo. Kino kyaviirako Abaisiraeri okuloza ku busungu bwa Katonda.

Olw'okuba Katonda mwoyo, abantu tebasobola

kumulaba n'amaaso gaabwe ag'okungulu, oba okukola ekintu okuyimirirawo nti ye Ye. Eno yensonga lwaki tetulina kukola kifaananyi kyonna okukiyita "katonda." Era tetukisinzanga.

Mu Ekyamateeka olw'okubiri 4:23, wagamba, *"Mwekuume mulemenga okwerabira endagaano ya MUKAMA Katonda wammwe, gye yalagaana nammwe, ne mwekoleranga ekifaananyi ekyole nga kirina engeri y'ekintu kyonna, MUKAMA Katonda kye yakugaana."* Okusinza ekintu ekitalina bulamu, ekitalina maanyi mu kifo ky'okusinza Katonda, oyo Omutonzi, kya bulabe nnyo eri omuntu.

Eby'okulabirako Eby'okusinza Ebifaananyi

Abakkiriza abamu basobola okugwa mu katego k'okusinza ebifaananyi nga tebategedde. Eky'okulabirako, abantu abamu bayinza okuvuunamira ekifaananyi kya Yesu, oba ekibumbe kya bikira Maria, oba omuntu eyasookawo mu kukkiriza.

Abantu bangi bayinza obutalowooza nti kuno kusinza bifaananyi, naye nga ddala kusinza bifaananyi Katonda kwatayagalira ddala. Eky'okulabirako ekirungi ki kino: abantu bangi bayita Bikira Maria "Maama omutuukirivu." Naye bwe weekenneenya Bayibuli, osobola okukiraba nti kino kikyamu.

Olubuto lwa Yesu lwali lwa Mwoyo Mutuukirivu, terwava

mu ggi na nkwaso ey'omusajja n'omukazi. N'olwekyo, tutuyinza kugamba nti Bikira Maria "maama." Eky'okulabirako, tekinologiya w'ennaku zino, aganya abasawo okuddira enkwanso y'omusajja ne bagigatta n'egi ly'omukazi mu kyuma n'ebivaamu omwana. Tetuyinza kuyita kyuma kino nti "maama" w'omwana azaaliddwa mu ngeri eno.

Yesu, olw'okuba yali mu kikula kya Katonda Kitaffe, yafunibwa ku lw'omwoyo Omutukuvu, era n'azaalibwa okuyita mu mubiri gwa Maria Eyali tamanyi musajja asobole okujja mu nsi eno n'omubiri gwe tulaba. Eno yensonga lwaki Yesu ayita Maria Eyali tamanyi musajja nti "omukazi", teyamuyita "maama" (Yokaana 2:4, 19:26). Mu Bayibuli, Maria bwayitibwa nti "maama wa Mukama," lwakuba kiri mu ndowooza y'omuyigirizwa eyawandiika ekitabo ekyo.

Nga tannafa, Yesu yagamba Yokaana, "Laba, maama wo!" ng'ayogera ku Maria. Wano Yesu yali agamba Yokaana okulabirira Maria nga nnyina ye nnyini (Yokaana 19:27). Yesu yamusaba bwati kubanga yali agezaako okugumya Maria, kubanga yamanya ennaku eyali mu mutima gwe, olw'okuba yamulabirira okuviira ddala ng'afuniddwa olw'Omwoyo Omutukuvu, okutuuka lwe yakulira ddala olw'amaanyi ga Katonda ne yeetengerera.

Kyokka wadde guli gutyo, si kituufu okuvuunamira ekibumbe kya Bikira Maria.

Emyaka giyiseewo bwe nali nkyaliddeko ensi ez'omu massekati g'ebuvanjuba, waliwo omusajja eyankyaza ewuwe, era bwe tuba tunnyumya n'andaga kapeti-erabika obulungi ennyo. Baali baagiruka bulungi nnyo ng'era erabika yatwala emyaka nga bagiruka. Nga ku yo kuliko ekifaananyi kya Yesu omuddugavu. Mu ky'okulabirako kino, tusobola okukiraba nti n'ekifaananyi kya Yesu kyawukana, okusinziira ku yakikuba oba eyakibumba. N'olwekyo, bwe tuba bakuvuunamira oba okusaba eri ekifaananyi kino, tubeera tusinza kifaananyi, ekitakkirizibwa.

Kiki Ekitwalibwa Ng'ekifaananyi, N'ekitatwalibwa nga Kifaananyi?

Olumu waliwo abantu ate abegendereza ennyo ne bayitawo, era ne bagamba nti "omusalaba" ogusangibwa mu kanisa nakyo kifaananyi. Wabula, omusalaba si kifaananyi. Kabonero ka njiri Abakristaayo gye bakkiririzaamu. Ensonga lwaki abakkiriza bateeka omusala ku mwanjo kwe kubeera nga bajjukira omusaayi gwa Yesu ogw'omuwendo ogwayiika ku musalaba ku lw'okulokola abantu n'olwekisa kya Katonda ekyatuweesa enjiri. Omusalaba teguyinza kubeera kifaananyi ekisinzibwa.

Kino kye kimu n'ebifaananyi ebisiige oba ebibumbe nga Yesu agabana n'abayigirizwa be Ekijjula ekyasembayo, oba ekifaananyi kyonna ng'eyakikola aliko obubaka bwalaga.

Ekifaananyi kya Yesu ng'akutte endiga kiraga nti Ye

musumba omulungi. Abakubi b'ebifaananyi tebakisiiga kibeere nga kisinzibwa. Kyokka omuntu bwatandika okukisinza, oba okukivuunamira olwo kibeera kifuuse ekifaananyi.

Waliwo abantu bwe bagamba nti, "Mu biseera by'Endagaano Enkadde, Musa yakola ekifaananyi." Nga boogera ku kiseera Abaana ba Isiraeri bwe beemulugunya ku Katonda ne balumibwa emisota egy'obusagwa mu ddungu. Abantu bangi bwe baali bafudde olw'okulumbibwa emisota egy'obusagwa, Musa N'akola omusota ogw'ekikomo n'aguwanika ku muti mu ddungu. Abo abaagondera ekigambo kya Katonda ne batunuulira omusota ogw'okumuti tebaafa, era abo abataagutunuulira baafa.

Katonda teyagamba Musa okukola omusota ogw'ekikomo nti abantu bagusinze. Yali ayagala okulaga abantu eky'okuabirako kya Yesu Kristo, nga olunaku lumu yali wakujja abalokole okuva mu kikolimo kye baalimu, okusinziira ku mateeka ag'omwoyo.

Abantu abo abaagondera Katonda era ne batunuulira omusota, tebaasaanawo olw'ebibi byabwe. Mu ngeri y'emu, emyoyo egyo egikkiriza nti Yesu Kristo y'afa ku musalaba era ne bamukkiriza ng'omulokozi waabwe era Mukama tebalizikirira olw'ebibi byabwe, wabula baliba n'obulamu obutaggwaawo.

Mu 2 Bassekabaka 18:4, wagamba nti kabaka wa Yuda ow'omulundi ogw'ekkumi n'omukaaga, Kezekiya, yazikiriza buli kifaananyi mu Isiraeri, *"n'amenya empagi n'atemera ddala*

Baasera, namenyaamenya n'omusota ogw'ekikomo Musa gwe yakola, kubanga okutuusa mu biro ebyo abaana ba Isiraeri nga bagwoterereza obubaane, n'aguyita nti kikomo bukomo." Kino kijjukiza abantu nti wadde omusota ogw'ekikomo gwakolebwa okugoberera ekiragiro kya Katonda, tegulina kufuuka ekifaananyi eky'okusinza, kubanga kino si kye kyali ekigendererwa kya Katonda.

Amakulu Ag'omwoyo "Ag'ekifaananyi"

Ng'ogyeeko okutegeera ekigambo "ekifaananyi" mu makulu ag'okungulu, tulina n'okukitegeera mu makulu ag'omwoyo. Amakulu ag'omwoyo "ag'okusinza ebifaananyi" kye "kintu kyonna omuntu kyayagala okusinga Katonda." Okusinza ebifaananyi tekikoma ku kuvuunamira bifaananyi nga ekya Budda oba bajjajja abaafa edda.

Olw'okuyaayaana kwaffe okw'omubiri bwe twesanga nga twagadde nnyo bazadde baffe, abaami baffe, abakyala baffe, oba abaana baffe okusinga Katonda, mu makulu ag'omwoyo, abantu bano be twagala ennyo, tubeera tubafuddemu "ebifaananyi." Ate bwe twetwalira waggulu ennyo era ne tweyagala nnyo, tubeera twefudde ebifaananyi.

Kyokka kino tekitegeeza nti tulina kwagala Katonda yekka, tetulina kwagala muntu mulala yenna. Eky'okulabirako, Katonda agamba abaana Be nti buvunaanyizibwa bwabwe okwagala bazadde baabwe mu mazima. Era abalagira nti, "Ossangamu kitaawo ne nnyoko ekitiibwa." Wabula, okwagala bazadde baffe bwe kubeera kutuggya ku mazima, olwo nno kibeera kitegeeza, abazadde tubaagadde okusinga Katonda nga bwe tutyo, tubafudde "ebifaananyi" bye tusinza.

Wadde bazadde baffe be baazaala emibiri gyaffe egy'okungulu, kubanga Katonda yatonda enkwaso n'eggi, oba ensigo ez'obulamu, Katonda ye taata w'emyoyo gyaffe. Katugambe nti abazadde abatali Bakristaayo bagaana omwana waabwe okugenda ku kanisa ku Sande. Omwana waabwe, nga ye Mukristaayo, naye bwatagenda ku kanisa okusanyusa bazadde be, olwo nno kibeera kitegeeza nti omwana ayagala nnyo bazadde be okusinga Katonda. Kino tekinakuwaza Katonda kyokka, wabula kitegeeza nti omwana ono ddala tayagala bazadde be.

Bw'oba nga ddala oyagalira ddala omuntu, ojja kwagala omuntu oyo okulokolebwa era afune obulamu obutaggwaawo. Kuno kwe kwagala okwannama ddala. Kale okusooka byonna, olina okukuumanga olunaku olwa ssabbiiti nga lutukuvu, olwo nno olyoke osabire bazadde bo era ogabane n'abo mangu ddala enjiri. Olwo nno lw'osobola okugamba nti obagala era obassaamu ekitiibwa.

Era nga bwe kiri ne kubazadde. Omuzadde bw'oba ogamba nti oyagala nnyo abaana bo, olina kusooka kwagala Katonda, olwo n'olyoka oyagala abaana bo mu kwagala kwa Katonda. Wadde abaana bano ba muwendo nnyo gyoli, tosobola kubakuuma omulabe Setaani n'atabalumba n'amaanyi go kubanga galiko ekkomo. So nga osobola okubawa obukuumi ne batagwa ku bubenje, oba okubawonya endwadde ezitalina ddagala.

Abazadde bwe basinza Katonda era ne bateeka abaana baabwe mu mikono Gye era ne babagala mu kwagala kwa Katonda, Katonda ajja kukuuma abaana baabwe. Tajja kukoma ku kubawa amaanyi ag'omwoyo n'omubiri, wabula ajja kubawa n'omukisa bakulaakulane mu mbeera zonna ez'obulamu bwabwe.

Kino kye kimu n'omukwano wakati w'omwami n'omukyala. Abafumbo abatamanyi kwagala kwa Katonda okutuufu bajja kweyagala n'okwagala okw'omubiri. Ebiseera ebimu bajja kwenoonyeza ebyabwe, bwe batyo batandike okuyombagana. Era bwe wanaayitawo ebbanga, okwagala kwabwe kwe balina buli omu eri munne, kujja kukyuka.

So nga, abafumbo bwe babeera bagalana mu kwagala kwa Katonda, bajja kusobola okwagalana n'okwagala okw'omwoyo. Mu ngeri eno, abafumba bano tebajja kwenyiiza oba okwekola obubi, era tebajja na kugezaako kwenoonyeza byabwe. Kyokka bajja kubeera n'okwagala okutakyukakyuka, okutuufu era okulungi.

Okwagala Ekintu oba Omuntu Okusinga ku Katonda

Okugyako nga tuli mu kwagala kwa Katonda era ne twagala

Katonda kitaffe okusooka, lwe tusobola okwagala abalala n'okwagala okutuufu. Eno yensonga lwaki Katonda atugamba "Tusooke twagale Katonda," ne "Tobanga na bakatonda abalala Wendi." Naye bwe tumala okuwulira kino, n'ogamba nti, "n'agenze ku kanisa ne batugamba twagale nnyo Katonda tuleme kwagala ab'omu maka gaffe," ddala obeera otegedde bubi amakulu ag'omwoyo ag'etteeka Lye.

Ng'omukkiriza bw'omenya amateeka ga Katonda oba bwe wekkiriranya n'ensi okusobola okufuna eby'obugagga by'ensi, etutumu, amagezi, oba amaanyi, bwotyo n'ova ku kutambulira mu mazima, obeera weekolera wekka ekifaananyi, mu makulu ag'omwoyo.

Waliwo n'abantu abatakuuma lunaku lwa Ssabbiiti nga Lutukuvu oba ne balemererwa okuwaayo ekimu eky'ekkumi kubanga bagala nnyo eby'obugagga by'ensi okusinga Katonda, wadde nga Katonda yasuubiza okuwa omukisa abo abawaayo ekimu eky'ekkumi.

Emirundi mingi, abavubuka bamanyi okutimba ebifaananyi by'abayimbi baabwe be bagala ennyo, abazannyi ba firimu, abaddusi b'emisinde, oba abakubi b'ebyuma mu bisenge mwe basula, oba ebifaananyi byabwe ne babikolamu akatabo, oba ne bateeka obufaananyi bwabo mu nsawo zaabwe okusobola okukuuma ba sita baabwe okumpi n'omutima gwabwe. Waliwo ebiseera abavunuka bano bwe bagala ennyo abantu bano okusinga ku Katonda.

Sigaanyi osobola okwagala n'okussaamu ekitiibwa abazanyi ba firimu, abaddusi n'abalala bangi, abakola obulungi ennyo bye bakola. Naye bw'oyagala ennyo era n'otwalirizibwa ebintu eby'ensi okutuuka ku ssa ly'okwesamba Katonda, Katonda tajja kubeera musanyufu. Era, n'abaana abateeka omutima gwabwe gwonna ku by'okuzanyisa byabwe ne vidiyo gemuzi basobola okumaliriza nga bafudde ebintu bino "ebifaananyi byabwe."

Obuggya Bwa Katonda buva mu Kwagala

Oluvannyuma lw'okutabula ennyo obutasinza bifaananyi, Katonda atubuulira ku mikisa abo abamugondera gye bajja okufuna, n'okubonereza eri abo abamujeemera.

> *"so tobiweerezanga, kubanga nze MUKAMA Katonda wo ndi Katonda wa buggya, abiwalana ku baana ebibi bya bajjajja baabwe okutuusa ku mirembe egy'oku bannakasatwe ne ku bannakana, egy'abantu abankyawa, era addiramu abantu nga nkumi na nkumi abanjagala, abakwata amateeka Gange"* (Okuva 20:5-6).

Katonda bwagamba nti Ye "Katonda ow'obuggya" mu lunyiriri olw'okutaano, Abeera tategeeza nti alina "obuggya" mu ngeri y'emu ng'abantu bwe bafuna obuggya. Kubanga ebya ddala, obuggya si kitundu ku mbala ya Katonda. Katonda akozesa ekigambo "obuggya" wano okutwanguyiza okutegeera nga tugeraageranya naffe kye tuwulira. Obuggya abantu bwe bawulira bwa mubiri era bubi, era bulumya abantu ababulina.

Eky'okulabirako, singa okwagala kw'omwami kukyuka n'atandika okwagala omukazi omulala, mukyala we eyasooka atandika okukwatirwa omukazi oyo obuggya, ebyo ebikyuka munda mu mutima gw'omukyala bibeera bitiisa. Omukyala ajja kufuna obusungu n'obukyayi. Ajja kuyombagana n'omusajja amulangire ebikankana ne mu banne alabe nti aswala. Olumu, omukyala amanyi n'okugenda eri omukazi oli omulala n'alwana naye, oba okuggula ku bba omusango. Mu mbeera eno, nga omukyala ayagaliza muggya we ne bba ekintu ekibi okubatuukako olw'obuggya, obuggya obwo tebuba obwo obuva mu kwagala, wabula obuggya obuva mu bukyayi.

Singa ddala omukyala yali ayagala bba n'okwaga okw'omwoyo, mu kifo ky'okuwulira obuggya obw'omubiri, yandisoose kwekubamu ttooki, ne yeebuuza, "Nyimiridde bulungi ne Katonda? Dddala omwami wange mbadde mufaako bulungi era nga mwagala?" Era mu kifo ky'okuswaza bba ng'amulangira ensobi ze mu bantu, yandisabye Katonda okumuwa amagezi engeri gyayinza okumukomyawo okuva mu bwenzi.

Olwo buggya bwa kika ki Katonda bwawulira? Bwe tutasinza Katonda ne tutambulira mu mazima, Katonda atuggyako amaaso Ge, era nga wano we tusisinkanira ebizibu, okubonaabona, n'endwadde. Era kino bwe kibaawo, nga tumanyi nti endwadde ziva ku kwonoona (Yokaana 5:14), abakkiriza bajja kwenenya era bagezeeko okuddamu okunoonya Katonda.

Ng'omusumba, nsisinkana ba memba b'ekanisa abatera okuyita mu kino. Eky'okulabirako, omu ku ba memba b'ekanisa ayinza okuba obulungi mu bya bizinensi nga bizinensi ye etambula bulungi. Nga yeekweka mu ky'okubulwa obudde, ava ku mulamwa era n'alekayo okusaba n'okukola omulimu gwa Katonda. N'atandika n'okulekayo okugenda ku kanisa ku Sande.

Era ekivaamu, Katonda aggya amaaso Ge ku munnabizinensi ono era bizinensi eyali etambula obulungi n'egwa. Olwo lwatandika okuzuula ensobi ze ez'obutatambulira mu mateeka ga Katonda, era bwatyo ne yeenenya. Katonda waakiri aganya abaana Be abaagalwa okusisinkana ekiseera ekizibu okumala ekiseera ekimpi ne basobola okutegeera ensobi zaabwe era ne beddamu nga badda mu kkubo ettuufu, okusinga okugwa mu kkubo ery'okuzikirira olubeerera.

Singa Katonda yali tawulira buggya buno olw'okwagala, kyokka mu butafaayo n'atunulira butunuulizi ensobi zaffe, tetwandiremereddwa kumanya nsobi zaffe kyokka, wabula, n'emitima gyaffe gyandigubye, ekyandituviiriddemu okwonoona obutalekaayo bwe tutyo ne tugwa mu kufa okw'olubeerera. Kale obuggya Katonda bwawulira bwe bwo obuva mu kwagala okwannama ddala. Yengeri ey'okutulaga okwagala Kwe okunene okungi n'okwagala okutuzza obuggya tusobole okutambula nga tudda mu bulamu obutaggwaawo.

Emikisa N'ebikolimo ebijja Olw'okugonda N'okujjemera Etteeka Ery'okubiri

Katonda ye Mutonzi waffe era Kitaffe eyawaayo Omwana we Omu yekka abantu bonna basobole okulokolebwa. Era nga Ye Nnyini buyinza ku bulamu bw'abantu bonna era ayagala okuwa omukisa abo abamusinza.

Era obutasinza n'okwagala ennyo Katonda ono, kyokka n'oyagala ebifaananyi, kubeera kuwalana Katonda. Era abantu abawalana Katonda abawa okubonerezebwa Kwe, nga bwe kyawandiikibwa nti abaana banaabonerezebwa olw'ebibi by'aba kitaabwe okutuuka ne kumulembe ogw'okuna (Okuva 20:5).

Era bwe twetoolooza amaaso awo wetubeera, tusobola okukiraba nti amaka agasinza ebifaananyi emirembe egiwera, bagenda mu maaso n'okubonerezebwa. Abantu abava mu maka gano, basobola okufuna endwadde enzibu ezitawona, obulemu, okwonooneka obwongo, okulinnyibwako emizimu, okwetta, obwavu, na buli kika kya bizibu. Era okubonaabona okwekika kino bwe kugenda okutuuka ku mulembe ogwa bannakana kitegeeza nti amaka ago gajja kubeera tegakyatunuulikako.

Naye olowooza lwaki Katonda yagamba nti alibabonereza okutuuka ne "kumulembe ogw'okusatu n'ogwabanakana" mu kifo "ky'omulembe gw'abanakana?" Kino kiraga okusaasira kwa Katonda. Aleseewo omwaganya ezzadde ly'abo okwenenya badde eri Katonda wadde nga bajjajjabwe baasinza ebifaananyi era nga baawalana Katonda. Abantu bano nga be balina okuwa Katonda ensonga okukomya ekibonerezo ku maka gaabwe.

Kyokka eri abo abalina ba jjajjaabwe nga baawalana nnyo Katonda olw'okusinza kwabwe ebifaananyi okwamaanyi, nga baazimba obubi ne bugulumira, bajja kusisinkana obuzibu nga bagezaako okukkiriza Mukama. Era ne bwe bakkiriza, babeera nga abakyasibiddwa ku bajjajjabwe olujegere olw'omwoyo, okutuuka nga nga bawangudde mu mwoyo, bajja kufuna obuzibu bungi mu bulamu bwabwe obw'omwoyo. Omulabe Setaani ajja kubayingiriranga okulaba nti tebafuna kukkiriza, asobole okubatwala eri ekizikiza eky'olubeerera wamu naye.

Kyokka ab'ezzadde ly'abo abaawalana ennyo Katonda bwe beenenya n'emitima egiboneredde olw'ebibi by'abajjajjabwe nga banoonya okusaasira kwa Katonda era ne bagezaako nga bwe basobola okweggyako embala ey'ebibi mu bbo, awatali kubuusabuusa, Katonda ajja kubakuuma. So nga ku ludda olulala, abantu bwe bagala Katonda era ne beekuuma ebiragiro Bye, Katonda awa ab'omu maka gaabwe omukisa okutuuka ku mulembe ogwo 1000, ng'abaganya okufuna ekisa Kye olubeerera. Bwe tutunuulira Katonda bwagamba nti ajja kubonereza okutuuka ku mulembe gw'abanakasatwe ne banakana, kyokka anaawa omukisa okutuuka ku mulembe ogwo 1000, tusobola okulaba engeri Katonda gyatwagalamu.

Kyokka kino tekitegeeza nti ojja kufuna emikisa emingi olw'okuba bajjajjabo baaweereza nnyo Katonda. Eky'okulabirako, Katonda yayita Dawudi "omusajja alina omutima nga ogwange," era Katonda n'asuubiza okuwa ezzadde lye omukisa (1 Bassekabaka 6:12). Wabula tukitegeera nti mu baana ba Dawudi, abo abaava ku Katonda tebaafuna emikisa egyasuubizibwa.

Bw'otunula mu byomumirembe gya bakabaka ba Isiraeri, osobola okukiraba nti bakabaka abo abaasinzanga n'okuweereza Katonda baafunanga emikisa Katonda gye yasuubiza Dawudi. Mu bukulembeze bwabwe eggwange lyabwe lyakulaakulananga era nga amawanga agabalinananga nga gabawa amakula. Kyokka, bakabaka abaava ku Katonda era ne b'onoona baasisinkana ebizibu bingi mu bufuzi bwabwe.

Okujjako ng'omuntu ayagala Katonda era n'agezaako okutambulira mu mazima awatali kweyonoona na kusinza bifaananyi lwasobola okufuna emikisa gyonna bajjajjaabe gye baamuzimbira.
Kale bwe tweggyako okusinza ebifaananyi kwonna, okw'okungulu ne mu mwoyo okwo okunakuwaza Katonda ne tumukulembeza, naffe tusobola okufuna emikisa emingi Katonda gy'asuubiza abaddu Be abeesigwa n'emirembe egiddako.

Essuula 4
Etteeka Ery'okusatu

"Tolayiriranga Bwereere erinnya lya MUKAMA Katonda wo"

Okuva 20:7

"Tolayiriranga bwereere erinnya lya MUKAMA Katonda wo, kubanga mu maaso ga Katonda omusango gulimusinga omuntu alayirira obwereere erinnya Lye."

Kyangu nnyo okulaba nti Abaisiraeri ddala baayagalanga nnyo ekigambo kya Katonda, okusinziira ku ngeri gye baawandiikamu Bayibuli oba engeri gye baagisomanga.

Nga okukuba mu byapa tekunnaba, abantu baalinanga kuwandiika Bayibuli n'engalo. Era nga buli kiseera ekigambo "Yakuwa" bwe kirina okuwandiikibwa, ng'omuwandiisi anaaba emirundi egiwera era ng'akyusa n'akalimu k'empandiiso, kubanga erinnya eryo lyali kkulu nnyo. Era nga buli muwandiisi bwakola ensobi, ng'alina okusalako ebyo byawandiisi n'abiddamu buto. Kyokka erinnya "Yakuwa" bweriba nga lye likoleddwamu ensobi, ng'omuwandiisi yeekennenya byonna buto okuva gye yatandiikidde.

Era waaliwo ekiseera, nga Abaisiraeri bwe baasomanga Bayibuli, nga erinnya lya "Yakuwa" tebalyasanguza. Wabula nga, balisoma nga "Adonai," ekitegeeza nti "Mukama Wange," kubanga erinnya lya Katonda baalitwalanga nti kkulu nnyo okwasanguzibwa.

Olw'okuba erinnya "Yakuwa" lye linya eriyimirirawo okutegeeza Katonda, bakkirizanga nti liyimirirawo ku lw'ekitiibwa n'obuyinza ebya Katonda. Eri bo, erinnya nga liyimirirawo ku lw'Oyo Omutonzi Omuyinza w'ebintu byonna.

"Tolayiriranga Bwereere erinnya lya MUKAMA Katonda wo"

Abantu abamu tebajjukira nakujjukira nti eriyo etteeka ery'ekikula ekyo mu Mateeka Ekkumi. Ne mu bakkiriza mwennyini, eriyo abantu abatatwala linnya lya Katonda nga kikulu, era ne bamaliriza ng'erinnya Lye balikozesezza bubi.

"Okukozesa obubi" kitegeeza okukozesa ekintu obubi oba mu ngeri etali ntuufu. Era okukozesa erinnya lya Katonda obubi kwe kukozesa erinnya lya Katonda ettukuvu mu ngeri etali ntuufu, etali ntukuvu, oba etaliimu mazima.

Eky'okulabirako, singa omuntu ayogera endowooza ye kyokka n'agamba nti ayogera kigambo kya Katonda, oba bwe yeeyisa nga bwalabye, kyokka n'agamba nti akoze okusinziira ku kwagala kwa Katonda, abeera akozesezza bubi erinnya Lye. Okukozesa erinnya lye okulayira nti oyogera mazima kyokka ng'olimba, okumala gasaagira ku linnya lya Katonda, n'ebirala.... byonna ebyo byakulabirako eby'okulayirira obwereere erinnya lya Katonda.

Engeri endala abantu gye batera okulayirira obwereere erinnya lya Katonda, y'eno ng'abantu abo, abatanoonya Katonda, kyokka bwe basisinkana embeera enzibu ne boogera mu bunyiivu nti, "Mazima Katonda si mwenkanya!" oba, "Ddala oba nga Katonda Gyali, aganya atya kino ne kituukawo?!"

Katonda ayinza atya okugamba nti tetulina kibi, bwe tuba nga ffe ebitonde Bye, tukozesa bubi erinnya ly'Omutonzi waffe, Oyo Omutonzi agwanira buli kitiibwa ne ttendo lyonna? Eno yensonga lwaki tulina okussaamu Katonda ekitiibwa era ne tugezaako okutambulira mu mazima nga twekenneenya obulamu bwaffe okukakasa nti tetunyoomye oba okuyisa mu Katonda amaaso.

Olwo lwaki okulayirira obwereere erinnya lya Katonda kibi?

Okusooka Byonna, Okukozesa Obubi Erinnya lya Katonda Kabonero nti tetumukkiririzaamu.

Ne mu bantu abamu abasomye ensibuko y'ebintu n'amagezi agakozesebwa mu bintu ebyenjawulo era nga bagamba nti beekenenya amakulu g'obulamu n'okubaawo kw'ensi, mulimu abagamba nti, "Katonda mufu." Ate n'abantu aba bulijjo bamanyi okumala g'ogera nti, "Katonda taliiyo."

Lumu, omusajja ow'eggwanga lya Russia yagenda mu bwengula bwe yakomawo n'agamba nti, "n'agenda mu bbanga, naye Katonda saamulabayo." Naye ng'omuntu agenda mu bbanga, yandibadde akimanyi bulungi nti ekifo kye yagendamu katundu butundu ak'obwengula bwonna. Nga abeera musirusiru omuntu agenda ku mwezi n'okudda okugamba nti Katonda, Omutonzi w'eggulu n'ensi, taliiyo kubanga ye teyamulaba n'amaaso ge mu katundu akatono mu bbanga ke yagendamu!

Zabuli 53:1 wasoma nti, *"Omusirusiru ayogedde mu*

mutima gwe nti, 'Tewali Katonda.' Bavunze, bakoze obubi obw'omuzizo; Tewali akola bulungi." Omuntu atunuulira ensi n'omutima omuwombeefu asobola okulaba obujjulizi bungi obulaga nti Katonda ye Mutonzi (Abaruumi 1:20).

Katonda buli omu yamuwa omukisa okumukkiririzaamu. Nga Yesu Kristo tannajja, mu biseera bye Ndagaano Enkadde, Katonda yakwata ku mitima gy'abantu abalungi ne babeera nga basobola okuwulira Katonda omulamu. Yesu Kristo oluvannyuma lw'okujja, kati, mu biseera by'Endagaano Empya, Katonda akyagenda mu maaso n'okukonkona ku mitima gy'abantu mu ngeri nnyingi ez'enjawulo abantu basobole okumumanya.

Yensonga lwaki abantu abalungi baggulawo emitima gyabwe ne bakkiriza Yesu Kristo era ne balokolebwa, nga si nsonga enjiri baagiwulidde batya. Katonda aganya abo abannyiikira okumunoonya okuwulira okubeerawo Kwe nga bakwatibwako mu mutima gwabwe mu kusaba, okuyita mu kwolesebwa, oba mu birooto eby'omwoyo.

Olumu n'awulira obujjulizi bw'omu ku ba memba b'ekanisa yaffe, n'empulira nga nkwatiddwako. Mu kiro, maama w'omukyala ono eyali yafa kansa ow'omu lubuto, yajja gyali mu kirooto, n'agamba nti, "Singa nali nsisinkanye Dr. Jaerock Lee, Omusumba omukulu owa Manmin Central Church, nandiwonye..." Omukyala ono yali yajja dda mu Manmin Central Church, naye okuyita mu kirooto kino, ab'omu maka ge bonna ne beewandiisa ku kanisa era mutabani we yekka gwe yalina n'awona ensimbu.

Wakyaliyo abantu abagenda mu maaso n'okuwakanya okubeerayo kwa Katonda, wadde nga Alaze nti mulamu okuyita mu ngeri nnyingi. Kino kiri bwe kityo lwakuba emitima gyabwe mibi era misirusiru. Abantu bano bwe beeyongera okukakanyaza emitima gyabwe eri Katonda, nga bamala gamwogerako nga bwe basanze nga tebamukkiriza, ayinza atya okugamba nti tabalina kibi?

Katonda oyo amanyi n'obungi bw'enviiri ze tulina ku mutwe, alaba buli kye tukola n'amaaso Ge ag'omuliro. Abantu bwe bakkiririza mu mazima gano tebayinza kukozesa linnya Lye bubi. Abantu abamu bayinza okulabika ng'abakkiriza, naye olw'okuba tebakkiriza okuva ku ntobo y'emitima gyabwe, basobola okulayirira obwereere erinnya Lye. Era kino kibi mu maaso ga Katonda.

Eky'okubiri, Okukozesa obubi Erinnya lya Katonda kwe Kwegaana Katonda.

Bwe twegaana Katonda, kiba kitegeeza nti tetumuwa kitiibwa. Bwe tulemwa okuwa Katonda ekitiibwa, oyo Omutonzi, tetuyinza kugamba nti tetulina kibi.

Zabuli 96:4 wagamba, *"Kubanga MUKAMA mukulu era agwana okutenderezebwa ennyo; Agwana okutiibwanga okusinga bakatonda bonna."* Mu 1 Timoseewo 6:16, wagamba,

"Oyo [Katonda] Yalina obutafa yekka, atuula mukutangaala okutasemberekeka, omuntu yenna gw'atalabangako, so siwali ayinza okumulaba, aweebwenga ekitiibwa n'obuyinza obutaggwaawo! Amiina."

Okuva 33:20 wasoma nti, *"Naye n'agamba nti, 'Toyinza Kundaba maaso, kubanga omuntu talindabako n'aba omulamu!'"* Katonda Omutonzi mukulu nnyo, nti ffe ebitonde Bye, tetuyinza kumala gamutunulako wonna wetwagalidde.

Eyo yensonga lwaki mu biseera by'Endagaano Enkadde, abantu abaalina omutima omulungi, wadde baali tebamanyi Katonda, eggulu baalyogerangako mu ngeri eriwa ekitiibwa. Eky'okulabirako, mu Korea, abantu baakozesanga ebigambo ebiraga ekitiibwa, bwe baalinga boogera ku ggulu oba ku mbeera y'obudde, okulaga obuyinza bw'Omutonzi. Bayinza okuba baali tebamanyi MUKAMA Katonda, naye baamanya nti Omutonzi nnyini buyinza ku nsi yali abasindikira ebintu bye byali beetaaga, ng'enkuba, okuva waggulu mu ggulu. Kale ne bayagala okumuddiza ekitiibwa mu bigambo byabwe.

Abantu abasinga bakozesa ebigambo ebiraga ekitiibwa era ne batamala gayisa manya g'abazadde baabwe mu kamwa oba abantu be bawa ekitiibwa okuva ku ntobo y'emitima gyabwe. Kati olwo bwe tubeera nga twogera ku Katonda Omutonzi w'eggulu n'ensi, era omugabi w'obulamu, tetwandimwogeddeko n'okutya kungi nga tumuyita ebigambo ebisingayo ekitiibwa?

Ekyennaku, eriyo abantu olwaleero abeeyita abakkiriza kyokka nga tebalaga kutya kwonna eri Katonda, era nga n'erinnya Lye bamala galikozesa. Eky'okulabirako, basaaga nga bakozesa erinnya lya Katonda oba n'ebakozesa ebigambo mu Bayibuli nga tebafaayo. Kyokka olw'okuba Bayibuli eyigiriza nti, *"Kigamba yali Katonda,"* (Yokaana 1:1) Bwe tumala gakozesa bigambo bya Bayibuli, kibanga okuyisaamu Katonda amaaso.

Engeri endala ey'okunyooma Katonda kwe kulimba ng'okozesa erinnya Lye. Eky'okulabirako omuntu bwayiiya ebigambo bye, kyokka n'agamba nti, "Lino lye ddoboozi lya Katonda," oba "Kino Omwoyo Omutukuvu kyang'amba." Olaba okukozesa erinnya ly'omuntu omukulu kye tulaba nti kibi, olwo ate tulina kulabulibwa kyenkana ki obutakozesa linnya lya Katonda mu ngeri ng'ezo?

Katonda ayinza byonna amanyi bulungi nnyo omutima gw'ebitonde byonna ebirina obulamu. Era amanya oba nga ebikolwa byabwe bisindiikirizibwa bubi oba bulungi. N'amaaso agalinga omuliro, Katonda atunuulira obulamu bwa buli muntu, era buli muntu anaasalirwa omusango okusinziira ku bikolwa bye. Omuntu ddala bw'aba nga kino akikkiririzaamu, ddala tajja kumala gakozesa linnya lya Katonda oba okwonoona ng'oyisa mu Katonda amaaso.

Ekintu ekirala kye tulina okujjukira kye ky'okuba nti abantu abagalira ddala Katonda tebalina kwegendereza kukozesa bubi linnya lya Katonda lyokka, wabula, na buli kyonna ekimukwatako. Abantu abagalira ddala Katonda, ekizimbe ky'ekkanisa n'ebikirimu byonna nabyo balina okubikwata mu ngeri ey'obwegendereza n'okusinga ebyabwe. Era balina okwegendereza engeri gye bakwatamu ensimbi ze kanisa wadde ntono zitya.

Bw'oba nga mu butanwa omenye ekikopo, endabirwamu, oba eddirisa ly'ekanisa, oyinza okwefuula nga tewali kibaddewo era ne weeyongerayo? Wadde kyoyonoonye kitono kitya, ebintu ebyayawulibwa nga bya Katonda n'obuweereza Bwe tebirina kumala gakwatibwa oba okuyisibwa obubi.

Era tulina n'okwegendereza obutasalira musango oba okunyooma omuntu wa Katonda, oba ekyo ekirung'amiziddwa Omwoyo Omutukuvu, kubanga bikwatana butereevu ne Katonda.

Wadde Sawulo yakola obubi bungi eri Dawudi era nga yali wa bulabe nnyo gyali, Dawudi yawonya obulamu bwa Sawulo okutuuka ku nkomerero, olw'ensonga nti Sawulo yaliko kabaka Katonda gwe yafukako amafuta (1 Samwiri 26:23). Mu ngeri y'emu, omuntu ayagala era awa Katonda ekitiibwa ajja kubeera mwegendereza bwe kituuka ku bintu ebikwatagana ne Katonda.

Eky'okusatu, Okukozesa Obubi Erinnya lya Katonda Kubeeranga Kulimba N'erinnya Lye.

Bw'otunuulira Endagaano Enkadde, waliyo bannabbi

ab'obulimba abali mu byafaayo bya Isiraeri. Bannabbi b'obulimba bano babuzaabuzanga abantu nga babawa obubaka obw'obulimba nga bagamba buvudde wa Katonda so nga si bwe kyalinga.

Mu ekyamateeka olw'okubiri 18:20, Katonda alabula ku bantu nga bano. Agamba, *"Naye nabbi anaayogeranga ekigambo mu linnya Lyange nga yeetulinkiridde, bye simulagidde kwogera, oba anaayogeranga mu linnya lya bakatonda abalala, nabbi oyo anaafanga."* Omuntu bw'alimba ng'akozesa erinnya lya Katonda, ekibonerezo eky'ebikolwa byabwe kubeera kufa.

Okubikkulirwa 21:8 wagamba, *"Naye abati, n'abatakkiriza, n'abagwagwa, n'abassi, n'abenzi, n'abalogo, n'abasinza ebifaananyi, n'abalimba, bonna omugabo gwabwe gulibeera mu nnyanja eyaka n'omuliro, n'ekibiriiti, kwe kufa okw'okubiri."*

Bwe boogera ku kufa okw'okubiri kitegeeza nti waliwo okufa okusooka. Kino kitegeeza abantu okubeera abafu mu nsi muno olw'obutakkiririza mu Katonda. Abantu bano bajja kugenda mu Magombe aga wansi, gye bajja okufunira ekibonerezo ekikambwe olw'ebibi byabwe. Ku ludda olulala, abo abaalokolebwa bajja kubeera nga bakabaka okumala emyaka lukumi mu bwakabaka obwekyasa ku nsi kuno oluvannyuma lw'okusisinkana Mukama Yesu Kristo mu bbanga ng'akomyewo omulundi ogw'okubiri.

Oluvannyuma lw'Obwakabaka Obw'ekyasa, wajja kubaawo omusango ogw'oku Namulondo Enjeru Ennene ng'abantu bonna bajja kusalirwa omusango bafune empeera ez'omwoyo oba ebibonerezo, okusinziira ku bikolwa byabwe. Mu kiseera ekyo, emyoyo egyo egitaalokolebwa nagyo gijja kuzuukira okusisinkana omusango, era buli gumu ku ggyo, okusinziira ku bunene bw'ebibi byabwe, gijja kusuulibwa mu nnyanja ey'omuliro oba erimu ekirungo ekyokya ennyo. Kuno kwe kuyitibwa okufa okw'okubiri.

Bayibuli egamba nti abalimba bonna bajja kufa omulundi ogw'okubiri. Wano abalimba, kitegeeza oyo yenna alimba ng'akozesa erinnya lya Katonda. Kino tekikoma ku bannabbi ab'obulimba bokka; wabula n'abo abantu abalayira n'erinnya lya Katonda mukukola endagaano kyokka ne bamenya endagaano gye baakola, olwokuba kino kifaanana n'okulimba ng'okozesa erinnya Lye, kitegeeza okukozesa obubi erinnya Lye. Mu Ebyabaleevi 19:12, Katonda agamba nti, *"'So temulayiriranga bwereere linnya Lyange, n'okuvumisa n'ovumisa erinnya lya Katonda wo; nze MUKAMA.'"*

Kyokka waliyo abakkiriza olumu abalimba nga bakozesa erinnya lya Katonda. Eky'okulabirako bayinza okugamba, "Bwe n'abadde nga nsaba, n'awulidde eddoboozi ly'Omwoyo Omutukuvu. Nkakasa nti kwabadde kukola kwa Katonda," wadde nga byayogera Katonda teyabibaddemu. Oba, bayinza okulaba nti ekibaddewo wadde nga tebakakasa, ne balyoka bagamba nti, "Katonda kino yakiganyizza okubaawo." Tewaba buzibu singa ddala mwabaddemu omukono gwa Katonda, naye obuzibu we bujjira nga tegwabadde mulimu gwa Mwoyo Mutukuvu, nga yakyogedde bwogezi.

Kituufu omwana wa Katonda alina okubeera ng'awulira eddoboozi ly'Omwoyo Omutukuvu era afune okulung'amizibwa Kwe. Naye kikulu nnyo okutegeera nti okubeera omwana wa Katonda eyalokolebwa, tekitegeeza nti osobola okubeera ng'owulira eddoboozi ly'Omwoyo Omutukuvu. Omuntu gyakoma okwekamulamu ebibi n'ajjuzibwa Omwoyo Omutukuvu, gyajja okukoma okuwulira eddoboozi ery'Omwoyo Omutukuvu obulungi. Kale omuntu bw'atatambulira mu mazima ne yekkiriranya n'ensi, tasobola kuwulira bulungi ddoboozi lya Mwoyo Mutukuvu.

Omuntu bw'aba ajjudde agatali mazima kyokka n'aleekaana era n'ayogerera ebyo byakola ebiva mu ndowooza ye ey'omubiri nti mirimu gya Mwoyo Mutukuvu, abeera talimba bantu balala bokka, wabula abeera alimba ne mu maaso ga Katonda. Wadde nga ddala yawulidde okuva eri Omwoyo Omutukuvu, okutuuka ng'awulidde eddoboozi Lye emirundi 100 ku 100, alina obutakireekaana. Kale tulina okwewala okumala gagamba nti guno mulimu gwa Mwoyo Mutukuvu era tulina n'okwegendereza abo ababyogera.

Etteeka lino era lituukira ne ku birooto, okwolesebwa, n'abintu ebirala eby'omwoyo ebigwa mu kkowe eryo. Ebirooto ebimu biva wa Katonda, naye ate ebirooto ebimu biyinza okujja olw'okwagala kw'omuntu okungi oba okwerariikirira ennyo. Era ebirooto ebimu guyinza okubeera omulimu gwa Setaani, kale omuntu tayinza kupapa kugamba nti, "Ekirooto kino kyavudde eri Katonda," kubanga ekyo tekijja kubeera kituufu mu maaso ga Katonda.

Waliwo olumu abantu bwe bateeka okubonaabona kwe bayitamu n'ebizibu ku Katonda, so nga byavudde ku Setaani olw'okwonoona kw'abantu abo. So nga eriyo n'abantu abamala gateeka erinnya lya Katonda mu mboozi zaabwe kubanga baakimanyiira. Ebintu bwe biba nga bibatambulira bulungi, bamanyi okugamba, "Katonda yampadde omukisa." Ate bwe bikaluba, ng'olwo bagamba, "O, Katonda olwo olugi yalugadde." Abamu bayinza okwatula ebigambo eby'okukkiriza, naye kikulu nnyo okumanya nti waliwo enjawulo nnene wakati w'okwatula okuva ku mutima ogw'amazima n'okwatula okuva ku mutima ogweraga.

Engero 3:6 wagamba, *"Mwatulenga mu makubo go gonna, Kale anaalung'amyanga olugendo lwo."* Naye kino tekitegeeza nti buli kimu olina okukiteekako erinnya lya Katonda ettukuvu. Omuntu akulembeza Katonda mu makubo ge gonna ajja kugezaako okutambulira mu mazima ebiseera byonna mu ngeri eyo n'aba mwegendereza nnyo obutamala gakozesa linnya lya Katonda. Era bw'aba yeetaaga okulikozesa, ajja ku kikola n'omutima omwesigwa era omwegendereza.

N'olwekyo, bwe tuba tetwagala kwonoona olw'okukozesa obubi erinnya lya Katonda, tulina okufuba okulowooza ennyo ku kigambo Kye emisana n'ekiro, twegendereza nga tusaba, era tube nga tujjuziddwa Omwoyo Omutukuvu. Bwe tunaakola ekyo, olwo lwokka lwe tusobola okuwulira eddoboozi ly'Omwoyo Omutukuvu era tutambulire mu butuukirivu, okusinziira ku kulung'amye Kwe.

Bulijjo Mmutyenga Olyoke Oweebwe Ekitiiibwa

Katonda takola nsobi yonna. Era buli kigambo kyonna kyakozesa mu Bayibuli kituufu era kituukira bulungi ku mbeera gyayogereramu. Bwotunuulira engeri gyayogera n'abakkiriza, osobola okulaba nti Katonda akozesa ebigambo bye nnyini ebituufu mu mbeera gye byogererwamu. Eky'okulabirako, waliwo bayita Ow'oluganda," abalala abayita "Omwagalwa," okiraba nti amakulu n'eddoboozi byayogereramu eri abantu bano ababiri bya njawulo. Olumu Katonda abantu abayita "Ba taata," oba "Abavuvuka," oba "Abaana," n'ebiringa ebyo., Akukozesa ebigambo ebituukira obulungi ku kyayogera, okusinziira ku kigera okukkiriza omuntu gwayogera naye kyalina (1 Abakkolinso 1:10; 1 Yokaana 2:12-13, 3:21-22).

Kino kye kituukira ne ku manya Ag'obusatu. Tulaba amanya mangi agakozesebwa ku Busatu: "MUKAMA Katonda, Yakuwa, Katonda Kitaffe, Masiya, Mukama Yesu, Yesu Kristo,

Endiga, Omwoyo gwa Mukama, Omwoyo gwa Katonda, Omwoyo gw'omuwendo, Omwoyo gw'obutuukirivu, Omwoyo Omutukuvu, Omwoyo (Olubereberye 2:4; 1 Eby'omumirembe 28:12; Zabuli 104:30; Yokaana 1:41; Abaruumi 1:4).

Naddala mu Ndagaano Empya, nga Yesu Kristo tannakomererwa ku musalaba, Ayitibwa, "Yesu, Omusomesa, Omwana w'Omuntu," naye oluvannyuma lw'okufa n'okuzuukira, Ayitibwa, "Yesu Kristo, Mukama Yesu Kristo, Yesu Kristo Omunazaleesi" (1 Timoseewo 6:14; Ebikolwa 3:6).

Nga tannakomererwa, Yali tannamaliriza kyamutumibwa okuba omulokozi, kale Yalinga ayitibwa "Yesu," ekitegeeza "Oyo alirokola abantu Be okuva mu bibi byabwe" (Matayo 1:21). Naye oluvannyuma bwe Yatuukiriza omulimu ogwamutumwa, n'alyoka ayitibwa "Kristo," ekitegeeza "Omulokozi."

Katonda, oyo atuukiridde, ayagala naffe tubeerenga batuufu era abatuukiridde mu bigambo byaffe ne mu bikolwa. N'olwekyo buli lwe tunaayogeranga erinnya lya Katonda ettukuvu, tulinanga okulyogerako mu ngeri entuufu. Yensonga lwaki Katonda agamba mu kitundu ekisembayo eky'olunyiriri 1 Samwiri 2:30, *"Kubanga abanzisaamu ekitiibwa bennassangamu ekitiibwa, n'abo abannyooma tebaabayitengamu ka buntu."*

Kale bw'oba nga ddala Katonda omuwa ekitiibwa ekisingirayo ddala okuviira ddala ku ntobo y'omutima gwo, tokolanga nsobi eyo ey'okukozesa obubi erinnya Lye, era tujja kumutyanga ekiseera kyonna. Era nga nsaba osabenga obutakoowa, n'okukuumanga omutima gwo, obulamu bw'otambuliramu busobole okuweesa Katonda ekitiibwa,

Essuula 5
Etteeka Ery'okuna

"Jjukira Olunaku olwa Ssabbiiti, Okulutukuzanga"

Okuva 20:8-11

"Jjukira olunaku olwa ssabbiiti okulutkuzanga, ennaku omukaaga okolanga emirimu gyo gyonna, naye olunaku olw'omusanvu ye ssabbiiti eri MUKAMA Katonda wo olunaku olwo tolukolerangamu mirimu gyonna gyonna, so naawe wekka, newakubadde omwana wo omulenzi, newakubadde muwala wonewakubadde omuzaana wo, newakubadde munnaggwanga ali omumwo, kubanga mu nnaku imukaaga MUKAMA mwe yakolera eggulu n'ensi, ennyanja n'ebinu byonna ebirimu, n'awummulira ku lunaku olw'omusanvu, MUKAMA kye yava aluwa omukisa olunaku olwa ssabbiiti, n'alutukuza."

Bw'oba nga wakkiriza Kristo era n'ofuuka omwana wa Katonda, ekintu ekisooka kyolinanga okukola kwe kugendanga okusaba buli lwa Sande n'okuwaayo ekimu eky'ekkumi mu bujjuvu bwakyo. Kubanga okuwaayo ekimu eky'ekkumi kyonna n'ebiweebwayo kiraga okukkiriza kwo mu buyinza bwa Katonda ku bintu ebirabika byonna n'ebikwatibwako, n'okukuuma olunaku olwa Ssabbiiti nga lutukuvu kiraga okukkiriza kwo mu buyinza bwa Katonda ku bintu eby'omwoyo byonna (Laba Ezekyeri 20:11-12).

Bw'otambulira mu kukkiriza, ng'okkiririza mu buyinza bwa Katonda ku bintu ebirabika n'eby'omwoyo, ojja kufuna obukuumi bwa Katonda oleme kugwiirwa bibonoobono, ebikemo, ne nnaku. Okuwaayo ekimu eky'ekkumi kijja kwongerwa okwogerwako mu bujjuvu mu ssuula 8, kati essuula eno egenda kutunuulira nnyo okukuuma olunaku olwa Ssabbiiti nga lutukuvu.

Lwaki Sande Lwafuuka Olunaku olwa Ssabbiiti

Olunaku olw'okuwummulirako era nga luweebwayo eri Katonda luyitibwa "Ssabbiiti." Kino kyatandika Katonda, Omutonzi, bwe yatonda ensi n'omuntu mu nnaku omukaaga n'alyoka awummula ku lunaku olw'omusanvu (Olubereberye 2:1-3). Katonda olunaku luno yaluwa omukisa era n'alufuula lutukuvu, n'agamba omuntu naye awummulenga ku lunaku luno.

Mu biseera eby'endagaano Enkadde, olunaku olwa Ssabbiiti lwali lwa Mukaaga. N'olwaleero, Abayudaaya Olw'omukaaga lwa batwala nga Ssabbiiti. Naye bwe twayingira ebiseera by'Endagaano Empya, Sande lwe lwafuuka Ssabbiiti era ne tutandika okuluyita "Olunaku lwa Mukama." Yokaana 1:17 wagamba, *"Kubanga Amateeka gaweebwa ku bwa Musa; ekisa n'amazima byabaawo ku bwa Yesu Kristo."* Ne mu Matayo 12:8 wagamba, *"Kubanga Omwana w'omuntu ye Mukama wa Ssabbiiti."* Era nga kino kye nnyini kye kyaliwo.

Olwo lwaki Ssabbiiti yakyuka n'eva ku Lw'omukaaga n'edda ku Sande? Lwakuba olunaku abantu bonna lwe basobola okuwummulirako obulungi okuyita mu Yesu Kristo lwe lwa Sande.

Olw'okwonoona kw'omuntu eyasooka, Adamu, abantu bonna baafuuka abaddu b'ekibi era ne balekayo okuba ne Ssabbiiti entuufu. Ng'omuntu alina kulya bivudde mu ntuuyo ze era yalina okubonaabona okukaaba olw'ennaku, obulwadde, n'okufa. Eno yensonga lwaki Yesu yajja eri ensi eno mu kikula eky'omuntu era ne bamukomerera, okusobola okusasula ebibi by'omuntu byonna. Yafa n'azuukira ku lunaku olw'okusatu, ng'awangudde okufa era n'afuuka ekibala ekibereberye eky'okuzuukira.

Bwatyo Yesu n'aggyawo ensonga y'ekibi era n'awa abantu

bonna Ssabbiiti entuufu, ku makya ennyo ku lunaku olwa Sande, Olunaku olusooka oluvannyuma lwa Ssabbiiti. Olw'ensonga eno, mu biseera by'Endagaano Empya, Sande—olunaku Yesu Kristo kwe yatuukiriza ekkubo ery'obulokozi ery'abantu bonna—ne lufuuka Ssabbiiti.

Yesu Kristo, Mukama wa Ssabbiiti

Abayigirizwa ba Mukama n'abo ne bateekawo Sande okuba olunaku olwa Ssabbiiti, nga bategedde amakulu ga ag'omwoyo ag'olubaku olwa Ssabbiiti. Ebikolwa 20:7 wasoma nti, *"Awo ku lunaku olw'olubereberye mu ssabbiiti, bwe twakung'ana okumenya emigaati,"* ne 1 Abakkolinso 16:2 wasoma, *"Ku lunaku olw'olubereberye mu ssabbiiti buli muntu mu mmwe aterekenga ewuwe nga bw'ayambiddwa, ebintu bireme okukung'anyizibwa lwe ndijja."*

Katonda yamanya nti enkyukakyuka eno ey'olunaku olwa Ssabbiiti yali yakubaawo, kye yava akyogerako mu Ndagaano Enkadde bwe yagamba Musa nti, *"Yogera n'abaana ba Isiraeri obagambe nti, 'Bwe mulimala okuyingira mu nsi gye mbawa, ne mukungula ebikungulwa byayo, ne mulyokanga muleeta ekinywa eky'ebibereberye eby'ebikungulwa bya mmwe eri kabona, naye anaawuubawuubanga ekinywa mu maaso ga MUKAMA, okukkirizibwa ku lwa mmwe, ku lw'enkya oluddirira ssabbiiti kabona kw'anaakiwuubirawuubiranga.*

Era ku lunaku kwe munaawuubirawuubiranga ekinywa, munaawangayo omwana gw'endiga omulume ogutaliiko bulemu ogutannamala mwaka gumu okuba ekiweebwayo ekyokebwa eri MUKAMA'" (Ebyabaleevi 23:10-12).

Katonda yali agamba Abaisiraeri nti bwe balimala okuyingira Kanani, bajja kuwaayo ssaddaaka yaabwe esoose ey'obutta ku lunaku olusooka oluvannyuma lwa Ssabbiiti. Amakungula agasooka ag'obutta kabonero akalaga Mukama eyafuuka ekibala ekisooka eky'okuzuukira. Era omwana gw'endiga ogw'omwaka ogumu ogutaliiko bulemu bwonna kabonero akalaga Yesu Kristo, omwana gw'endiga ogwa Katonda.

Ennyiriri zino ziraga nti ku lunaku olwa Sande, olunaku oluddirira Ssabbiiti, Yesu, eyafuuka ekiweebwayo olw'emirembe era ekibala ekisooka eky'okuzuukira, yali wakuwa okuzuukira ne Ssabbiiti eri abo bonna abamukkiririzaamu.

Olw'ensonga eno, Sande, olunaku Yesu Kristo kwe yazuukirira, ne lufuuka olunaku olw'essanyu erya nnama ddala, era olw'okwebaza; olunaku obulamu obuppya lwe bwafunibwa era ekkubo eri obulamu obw'olubeerera lwe lyaggula; era olunaku Ssabbiiti entuufu lwe yabaawo.

"Jjukira Olunaku olwa Ssabbiiti, Okulutukuzanga"

Olwo lwaki Katonda olunaku lwa Ssabbiiti yalufuula olutukuvu era lwaki Agamba abantu Be okulukuuma nga lutukuvu?

Kino kibaawo lwakuba, wadde tuli mu nsi egoberera eby'omubiri, Katonda yayagala tujjukirenga n'ebintu eby'ensi ey'omwoyo. Yayagala okukakasa nti essuubi lyaffe teriri mu bintu ebiggwaawo eby'ensi eno. Yali ayagala tujjukirenge Mukama era Omutonzi w'ensi era tubeere n'essuubi mu ssabbiiti entuufu era etaggwaawo ey'Obwakabaka Bwe.

Okuva essuula 20 ennyiriri 9-10 wagamba, *"ennaku omukaaga okolanga emirimu gyo gyonna, naye olunaku olw'omusanvu ye ssabbiiti eri MUKAMA Katonda wo olunaku olwo tolukolerangamu mirimu gyonna gyonna, so naawe wekka, newakubadde omwana wo omulenzi, newakubadde muwala wo newakubadde omuzaana wo, newakubadde munnaggwanga ali omumwo."* Kino kitegeeza tewali n'omu alina kukola ku lunaku olwa Ssabbiiti. Kino kitwaliramu ggwe, abakozi bo, ensolo zo, n'abagenyi bo abali ewuwo.

Eno yensonga lwaki Abayudaaya Aba Orthodox tebakkirizibwa kufumba mmere, okutambuza ebintu ebizito, oba okutambula engendo empanvu ku lunaku olwa Ssabbiiti. Kubanga bino byonna bitwalibwa nti kukola era tebikwatagana na mateeka ga Ssabbiiti. Wabula wadde guli gutyo, amateeka gano gonna gaateekebwawo bantu era ne gajja nga galanda okutuuka ku mirembe egyaddako; ekitegeeza nti si mateeka ga Katonda.

Eky'okulabirako, Abayudaaya bwe baali banoonya omusango gwe babeera bateeka ku Yesu, bwe baalaba omusajja n'omukono ogukaze era ne babuuza Yesu, "kirungi okuwonyeza omuntu ku Ssabbiiti?" Era bbo baakitwalanga nti okuwonya omuntu ku lunaku olwa Ssabbiiti nti obeera "okoze" era nga kubeera kumenya mateeka.

Eri kino, Yesu n'abaddamu n'abagamba nti, *"Ani mu mmwe, bw'aliba n'endiga ye emu, n'emala egwa mu bunnya ku ssabbiiti, ataligikwata okugiggyamu? Omuntu tasinga nnyo ndiga? Kale kirungi okukola obulungi ku ssabbiiti"* (Matayo 12:11-12).

Okukuuma olunaku olwa Ssabbiiti Katonda kyayogerako si kulekayo buli mulimu gwonna. Abatakkiriza bwe bawummula ne batakola era ne basigala awaka, oba ne bagenda okwekyakalira, babeera emirimu bagiwummuzizza. Kyokka kino tetuyinza kukiyita "ssabbiiti," kubanga kino tekituwa bulamu obutuufu. Tulina okusooka okutegeera amakulu ag'omwoyo ag'ekigambo "Ssabbiiti," ffe okusobola okulukuuma nga lutukuvu era tuweebwe omukisa, nga ekigendererwa kya Katonda bwe kyali olubereberye.

Katonda kyayagala ffe tukole ku lunaku luno si kuwummula okw'Okungulu, wabula okuwummula okw'omwoyo. Isaaya 58:13-14 wannyonnyola nti ku lunaku olwa Ssabbiiti, abantu balina okwekuuma baleme okukola nga bwe bagala, okutambulira yonna gye bagala, okwogera nga bwe balabye, oba okweyagalira mu biduula by'ensi eno. Wabula, balina okukuuma olunaku nga lutukuvu.

Ku lunaku olwa Ssabbiiti, omuntu talina kutwalibwa n'emikolo gy'ensi, wabula alina okugenda ku kanisa, nga gwe mubiri gwa Mukama; n'alya emmere ey'obulamu, nga kye kigambo kya Katonda; n'aba n'okussa ekimu ne Mukama okuyita mu kusaba, okusinza n'okutendereza; n'awummula okuwummula okw'omwoyo mu Mukama. Okuyita mu kussa ekimu abakkiriza balina okugabana ekisa kya Katonda ne banaabwe n'okuyamba okuzimba okukkiriza kwa banaabwe. Bwe tuwummula mu mwoyo bwe tutyo, Katonda akuza okukkiriza kwaffe era n'akulaakulanya omwoyo gwaffe.

Olwo kiki kye nnyini ekirina okukolebwa, okusobola okukuuma olunaku olwa Ssabbiiti nga lutukuvu?

Okusooka, Tulina Okuyaayaanira Emikisa gy'olunaku olwa Ssabbiiti era ne Twetegeka Okubeera Ebibya Ebiyonjo.

Olunaku olwa Ssabbiiti lwe lunaku Katonda lwe yayawula nti lutukuvu, era lunaku olw'essanyu lwetusobola okufunirako emikisa okuva eri Katonda. Ekitundu ekisembayo eky'olunnyiriri lwa Okuva 20:11 wagamba, *"MUKAMA kye yava aluwa omukisa olunaku olwa ssabbiiti, n'alutukuza,"* ne mu Isaaya 58:13 wagamba, *"Ssabbiii n'ogiyita essanyu, olunaku lwa MUKAMA olutukuvu olw'ekitiibwa, n'ogissangamu ekitiibwa."*

N'olwaleero, olw'okuba Abaisiraeri bakuuma olunaku Olw'omukaaga nga ya Ssabbiiti, nga bwe kyali mu biseera by'Endagaano Enkadde, batandika okwetegekera Ssabbiiti ng'olunaku terunatuuka. Emmere bagitegekera ddala, era bwe babeera bakolera wala n'awaka, bafuba nnyo okulaba nti baddayo ewaka ku lw'okutaano akawungeezi.

Naffe tulina okutegeka emitima gyaffe ku lwa Ssabbiiti nga Sande tennaba. Buli wiiki, tulina okubeera mu kusaba nga Sande tennatuuka era tugezeeko okutambulira mu mazima ekiseera kyonna tuleme okuzimba ekisenge eky'ebibi wakati waffe ne Katonda.

N'olwekyo okukuuma olunaku olwa Ssabbiiti nga lutukuvu tekitegeeza okuwa Katonda olunaku olwo lwokka. Kitegeeza okutambulira mu wiiki yonna mu kigambo kya Katonda. Era bwe tuba nga tuliko kye tukoze mu wiiki ekitakkirizibwa Katonda, tulina okwenenya tusobole okwetegekera Sande etusange n'omutima omuyonjo.

Ate bwe tuba nga tujja okusaba ku Sande, tulina okujja mu maaso ga Katonda n'omutima ogwebaza. Tulina okujja gyali n'omutima ogwebaza era omusanyufu, nga omugole alinda bba. N'endowooza ey'ekika kino, kungulu tuyinza okwetegeka nga tunaaba, tuyinza n'okugenda ne tusalako enviiri oba okuzikolako zirabike bulungi.

Tuyinza n'okwagala okulongoosa ennyumba. Tulina okubeera n'engoye ezirabika obulungi nga nnyonjo bulungi ze tutegeka nga bukyali, okwambala ku lunaku olwa sande okugenda ku kanisa. Tetulina kwetaba mu binnyumu by'ensi okutuusa ekiro ennyo ng'enkeera sande. Tulina okwewala ebintu ebiyinza okutulemesa okusinza Katonda ku sande. Era, tulina okufuba okukuuma emitima gyaffe obutayonoonebwa, okunyiiga, tusobole okusinza Katonda mu mwoyo ne mu mazima.

Kale n'omutima omusanyufu era ogujjudde okwagala, tulina okwesunga sande era twetegeke okubeera ekibya ekisaanidde okufuna ekisa kya Katonda. Kino kijja kutusobozesa okufuna Ssabiiti ey'omwoyo mu Mukama.

Eky'okubiri, Tulina Okuwaayo Olunaku Lwonna olwa Sande mu Bujjuvu Bwalyo eri Mukama.

Ne mu bakkiriza, eriyo abantu abawa Katonda okusaba okw'oku makya kwokka ku sande, okw'olweggulo ne bakubuuka. Bakikola basobole okuwummula oba, okugendako mu masanyu, oba okubaako ebirala bye bakola. Bwe tuba nga twagala okukuuma Ssabbiiti nga ntukuvu n'omutima ogutya Katonda, tulina okukuuma olunaku lwonna nga lutukuvu. Ensonga lwaki tubuukamu ne tutagenda mu kusaba okw'olweggulo tusobole okubaako ebirala bye tukola, lwakuba tuganya emitima gyaffe okugoberera ebyo ebisanyusa omubiri, era bwe tutyo ne tugoberera eby'ensi.

N'endowooza ey'ekika kino, kyangu nnyo ffe okutwalirizibwa

ebirowoozo ebirala mu kusaba okw'oku makya. Era nga wadde twazze ku kanisa, tetujja kusobola kuwa Katonda okusinza okw'amazima. Mu kusaba, omutima gwaffe guyinza okujjulamu ebirowoozo nga, "Ngenda kwebaka mpummule oluva wano," oba "Oo, ndowooza tugenda kunyumirwa ffenna ab'emikwano nga tuzzeemu okulabagana, okusaba we kuggwera nga ng'enda," oba "Olumaliriza bwe ppa, nziruke nzigulewo edduuka." Buli kika kya birowoozo bijja kuyita mu bwongo bwo era tojja kussaayo mwoyo mu kusaba, oba oyinza n'okusumagira oba okukoowera mu saviisi.

Kituufu, eriyo abakkiriza abakakyuka, era olw'okuba okukkiriza kwabwe kukyali kuto, basobola okutwalirizibwa amangu, oba bayinza okuba abakoowu, ne batandika okusumagira. Olw'okuba Katonda amanyi ekigero ky'okukkiriza ekya buli muntu era ng'atunula mu mutima munda ogwa buli muntu, Ajja kubeera n'okusaasira gye bali. Naye omuntu eyandibadde n'okukkiriza okungi ate bwagufuula omuze okuvanga ku mulamwa mu kusaba n'atuuka n'okusumagira, abeera tawadde Katonda kitiibwa.

Okukuuma olunaku olwa Ssabbiiti nga lutukuvu tekitegeeza kubeera munda mu kanisa ku lunaku olwa Sande. Kitegeeza okukuumira omutima gwaffe n'essira lyaffe ku Katonda. Okujjako nga tusinzizza Katonda bulungi mu mwoyo ne mu mazima Sande yonna, Lwajja okukkiriza akawoowo k'emitima gyaffe akawunya evvumbe eddungi mu kusaba.

Okusobola okukuuma olunaku olwa Ssabbiiti nga lutukuvu, era kisinziira ne ku biki by'okola nga toli mu kusaba ku lunaku olwo olwa Sande. Tetulina kulowooza nti, "Kasita n'asabye, byonna ebineetaagisa okukola n'abikoze." Okusaba nga kuwedde, tulina okubeera mu kussa ekimu n'abakkiriza abalala nga tuweereza mu bwakabaka bwa Katonda nga okuyonja ekanisa, okuyambako ebidduka okuvaayo mu paaking y'ekanisa, oba omulimu omulala gwonna ku kanisa.

Ate okusaba bwe kuggwa ne tudda eka tuwummule, tulina okwewala ebinyumu n'ekigendererwa eky'okwesanyusa. Tulina kulowooza ku bubaka bwe tuwulidde olunaku olwo, oba ne tubeera awo nga tugabana ku kisa kya Katonda n'amazima n'abomu maka gaffe. Kyandibadde kisaana okwewala okulaba Ttivvi, kyokka bwe tubeera baakulaba Ttivvi, tulina okwewala ebintu ebimu ebibaako ebiyinza okutusendasenda okulowooza ku by'okwegatta oba ebyo ebiyinza okutusindiikiriza okuyaayaanira eby'ensi. Kyandibadde kirungi okuteekako pulogulaamu ennyonjo, kisingako nga za njiri.

Bwe tulaga Katonda nti tugezaako nga bwe tusobola okumusanyusa, ne mu buntu obutono, Katonda oyo atunula mu mitima munda, ajja kukkiriza okusinza kwaffe n'essanyu, atujjuze n'obujjuvu bw'Omwoyo Omutukuvu, era atuwe omukisa tubeere n'okuwummula okutuufu.

Eky'okusatu, Tulina Okwewala Okukola Emirimu Egy'ensi.

Nekkemiya, eyali omubaka wa Isiraeri wansi wa Kabaka Alutagizerugizi, Kabaka wa Perusi, bwe yategeera okwagala kwa Katonda, teyazzaawo bisenge eby'ekibuga Yerusaalemi byokka, wabula yakakasa nti abantu bakuuma olunaku olwa Ssabbiiti nga lutukuvu.

Eyo yensonga lwaki yagaana abantu okukola oba okutundu ku lunaku olwa Ssabbiiti, era n'agobawo n'abantu abeebakanga ebweru w'ebisenge by'ekibuga abaali balindira awo okutambuza bizinensi zaabwe ng'olunaku lwa Ssabbiiti luwedde.

Mu Nekkemiya 13:17-18, Nekkemiya alabula abantu nti, *"Kibi ki kino kye mukola ne mwonoona olunaku olwa ssabbiiti? Bajjajjammwe si bwe baakolanga bwe batyo, era Katonda waffe teyatuleetako bubi buno bwonna ne ku kibuga kino? era naye mmwe mweyongera okuleeta obusungu ku Isiraeri nga mwonoona ssabbiiti?"* Nekkemiya agezaako okubagamba nti okutambuza bizinensi ku lunaku olwa Ssabbiiti kyonoona Ssabbiiti era kisiikuula obusungu bwa Katonda.

Oyo yenna avvoola Ssabbiiti abeera takkiririza mu buyinza bwa Katonda era abeera takkiririza mu kisuubizo Kye okuwa omukisa abo abakuuma olunaku olwa Ssabbiiti nga lutukuvu. Yensonga lwaki, oyo Katonda omwesigwa, tasobola kubakuuma, bwe bityo ebizibu ne biba nga bikyayinza okubagwiira.

N'olwaleero, Katonda akyatulagira ekintu kye kimu. Atugamba tukole nnyo okumala ennaku omukaaga, olwo nno tulyoke tuwummule ku lunaku olw'omusanvu. Era bwe tunajjukiranga olunaku olwa Ssabbiiti ne tulukuuma nga lutukuvu, Katonda tajja kukoma kutuwa kimala okusobola okuzzaawo ago amagoba ge twandikoze singa twakoze ku lunaku olw'omusanvu, wabula ajja na kutuwa omukisa okuba nti 'mwetutereka ebintu' mujjula ne wataba wakuteeka nate.

Bwotunuulira Okuva essuula 16, osobola okukiraba nti Katonda bwe yawa Abaisiraeri maanu n'obugubi buli lunaku, ku lunaku olw'omukaaga, Ng'akubisaamu ku by'abadde asindika ennaku ziri endala, basobole okwetegekera olunaku olwa Ssabbiiti. Mu ba Isiraeri, mwalimu, abaluvu, abaafulumanga okulonda maanu ku lunaku olwa Ssabbiiti naye nga bakomerawo awo, n'engalo ensa.

Etteeka lye limu ery'omwoyo eritutuukirako olwaleero. Omwana wa Katonda bwatakuuma lunaku lwa Ssabbiiti nga lutukuvu n'asalawo okukola ku lunaku olwa Ssabbiiti, asobola okufuna amagoba naye nga gakiseera, naye mu dda, olw'ensonga eno, ajja kugwa mu kufiirwa okumala ebbanga eddene.

Amazima gali nti, ne bw'oba olaba nga akola amagoba essaawa eno, awatali bukuumi bwa Katonda, ojja kufuna ebizibu by'obadde tosuubira. Eky'okulabirako, oyinza okugwa ku kabenje, oba okulwala ennyo, n'ebiringa ebyo., ekiyinza okuvaako okufiirwa okusingira wala amagoba ge wali ofunye.

So nga ate, bwojjukira olunaku olwa Ssabbiiti n'olukuuma nga lutukuvu, Katonda ajja kukuumanga okuyita mu wiiki era akukulembera eri okubeera obulungi. Omwoyo Omutukuvu anaakukuumanga n'empagi Ze ez'omuliro, era akukuume oleme okulwala. Ajja kukuwa omukisa ggwe ne bizinensi yo, ku mulimu gwo, na buli yonna gyonoolaganga.

Eno yensonga lwaki Katonda yakola etteeka lino okubeera erimu ku Mateeka Ekkumi. Era n'ateekawo n'ekibonerezo ekikambwe, okukuba abantu amayinja abasangibwa nga bakola ku lunaku olwa Ssabbiiti, abantu Be babeerenga bajjukira era baleme okwerabira obukulu bw'olunaku olwa Ssabbiiti baleme okugende eri ekkubo ery'okufa (Okubala Essuula 15).

Okuva lwe n'akkiriza Kristo mu bulamu bwange, N'afuba okulaba nti nzijjukira olunaku olwa Ssabbiiti n'okulukuuma nga lutukuvu. Nga sinnatandikawo kanisa yaffe, n'alina akaduuka akatunda ebitabo. Nga ku lunaku olwa Sande, abantu bajja okukomyawo oba okutwala akatabao akalala. Era nga buli kino lwe kibaawo, Mbagamba nti, "Leero Lunaku lwa Mukama, kale edduuka liggale," era nga sikola ku lunaku olwo. Era ekyavaamu, mu kifo ky'okufiirwa, Katonda ate yampanga mukisa mu nnaku zino omukaaga ze twakolanga, era eby'okukola ku Sande ne tutaddamu kubirowoozaako!

Okokola Bizinensi N'emirimu ku Ssabbiiti lwe Kikkirizibwa

Bw'otunula mu Bayibuli, eriyo okukola oba okukola bizinensi

lwe kikkirizibwa. Zino ze mbeera omuntu mwayinza okukolera ku lunaku olwa ssabbiiti, omulimu bwe gubeera gwa Mukama, oba nga mulimu gwakukola bantu bulungi, gamba nga okubalokola.

Matayo 12:5-8 wagamba, *"Nantiki temusomanga mu mateeka, bakabona mu yeekaalu ku ssabbiiti bwe baasobya ssabiiti. so tebazza musango? Naye mbagamba nti ali wano asinga yeekaalu obukulu, Naye singa mumanyi amakulu ga kino nti, 'Njagala ekisa, so si ssaddaaka.' Temwandinenyezza abatazzizza musango. Kubanga Omwana w'omuntu ye Mukama wa Ssabbiiti."*

Bakabona bwe babaaga ensolo okuziwaayo ng'ebiweebwayo eby'okebwa ku lunaku olwa Ssabbiiti, tekitwalibwa nti mulimu. Kale omulimu gwonna ogukolebwa ku lwa Mukama ku lunaku lwa Mukama tekitwalibwa ng'okuvvoola Ssabbiiti, Kubanga ye Mukama wa Ssabbiiti.

Eky'okulabirako, ekkanisa bweyagala okuwa abayimbi n'abasomesa emmere olw'okuba bakoze nnyo olunaku lwonna, nga ekkanisa terina kifo watundibwa mmere oba abantu abakola ku kino, olwo nno kikkirizibwa ekkanisa okubagulira emmere awalala. Kino kiri bwe kityo lwakuba Mukama wa Ssabbiiti ye Yesu Kristo, era okugula emmere mu mbeera eno kibeera olw'okukola omulimu gwa Mukama. Wadde nga kyandisinzeeko singa emmere etegekebwa ku kanisa.

Amatundiro g'ebitabo bwe gaggulwawo ku Sande ku kanisa, tekitwalibwa nti kuvvoola Ssabbiiti kubanga ebintu ebitundibwamu mu ttundiro ly'ebitabo tebitwalibwa nga bintu bya nsi wabula bintu ebiwa abakkiririza mu Mukama obulamu. Mu bitundibwa mwe muli Bayibuli, obutabo obw'ennyimba, obubaka obw'enjiri obukwatiddwa ku butambi, n'ebintu ebirala eby'ekkanisa. Era, n'obuduuka obutunda eby'okulya ku kanisa nabwo bukkirizibwa kubanga buyamba abakkiriza mu kanisa ku lunaku olwa Ssabbiiti. Ate amagoba agava mu bitundibwa gakozesebwa okuwagira obuminsani n'ebitongole ebirala eby'obwanakyewa, kale byanjawulo ku zibizinensi ezikolebwa ebweru w'ekkanisa.

Ate era, Katonda abantu abakola emirimu egimu tabatwala nti babeera bavvodde Ssabbiiti, okugeza abakola mu maggye, mu poliisi, mu malwaliro, n'ebiringa ebyo. Gino emirimu gikolebwa okukuuma abantu, okuwonya obulamu bwabwe, n'okukola abantu obulungi. Wabula, ne bw'oba ogwa mu ttuluba lino, olina okugezaako okusimba essira ku Katonda, ne bwe kiba kitegeeza kukikola mu mutima gwo. Omutima gwo gulina okuba nga gwagala okusaba mu bakama bo okukyusa ennaku kw'owummulira, bwe kiba kisoboka, ggwe okusobola okukuuma Ssabbiiti nga ntukuvu.

Ate abakkiriza abateeka embaga zaabwe ku lunaku olwa Ssabbiiti? Bwe babeera bagamba nti bakkiririza mu Katonda, kyokka ne bateeka emikolo gyabwe ku Lunaku lwa Mukama, kiraga nti okukkiriza kwabwe kukyali kuto. Naye bwe basalawo okuteeka yo omukola gwabwe ogw'embaga ku Sande ne wabula omuntu yenna okuva ku kanisa abeerako ku mbaga, bayinza okuwulira obubi era ne baddirira mu ntambula yaabwe mu kukkiriza. Kale olw'ensonga eno, ba memba b'ekanisa basobola okubaako ku mbaga oluvannyuma lw'okusaba.

Kikolebwa olw'okulowooza ku babiri abo abagenda okufumbiriganwa olw'obutakosa mitima gyabwe ekiyinza okubazza emabega mu bulamu bwabwe obw'okukkiriza. Wabula wadde guli gutyo, omukolo nga guwedde tekikkirizibwa ggwe okugenda n'abo gye basembereza abagenyi baabwe kubanga eyo ekigendererwa kibeera kya kusanyusa bagenyi.

Ng'ogyeeko eby'okulabirako ebyo, waliyo ebibuuzo bingi ku lunaku olwa Ssabbiiti. Naye, bw'otandika okutegeera omutima gwa Katonda osobola okufuna okuddibwamu eri ekibuuzo kyo. Bwe weggyako ebibi byonna okuva mu mutima gwo, olwo nno osobola okusinza Katonda n'omutima gwo gwonna. Osobola okubaako ky'okolera emyoyo emirala olw'okwagala mu kifo ky'okubasalira emisango n'amateeka agakoleddwa abantu nga Abassaddukaayo n'abafalisaayo bwe baakolanga. Osobola okweyagalira mu Ssabbiiti entuufu awatali kwonoona Lunaku lwa Mukama. Olwo nno onoomanya okwagala kwa Katonda mu mbeera zonna. Ojja kumanya eky'okukola olw'okulung'amizibwa Omwoyo Omutukuvu olyoke weeyagalire mu ddembe, olw'okutambulira mu mazima.

Katonda kwagala, kale abaana Be bwe bagondera ebiragiro Bye era ne bakola ebyo ebimusanyusa, Ajja kubawanga byonna bye banaasabanga (1 Yokaana 3:21-22). Tajja kukoma kukutuyiwako ekisa Kye, wabula anaatuwanga n'omukisa tusobole okukulaakulana mu mbeera zonna ez'obulamu bwaffe. Obulamu bwe bulituuka ku nkomerero atukulembere eri ekifo ekisingayo obulungi eky'okubeeramu mu ggulu.

Atutegekedde eggulu tusobole, okuba nga bw'olaba omugole omukazi ne bba bwe bagabana okwagala n'essanyu wamu, tusobola okugabana okwagala, essanyu eby'olubeerera ne Mukama waffe. Eno ye Ssabbiiti entuufu Katonda gyatutegekedde. Bwentyo nsaba nti okukkiriza kwo kunaakula kweyongereko buli lunaku oluyita, nga bwojjukira olunaku olwa Ssabbiiti ng'olukuuma nga lutukuvu mu bujjuvu era mu butuukirivu.

Essuula 6
Etteeka Ery'okutaano

"Kitaawo ne Nnyoko Obassangamu Ekitiibwa"

Okuva 20:12

"Kitaawo ne nnyoko obassangamu Ekitiibwa, enaku zo zibe nnyingi ku nsi gy'akuwadde MUKAMA Katonda wo."

Olunaku lumu mu budde obw'okumakya mu biseera by'obutiti, ng'enguudo za Korea zijjudde ababundabunda abaali babonaabona ennyo olw'entalo ezaali mu Korea, waliwo omukyala eyali alumwa. Yali akyalina ebbanga ddene ery'okutambula okutuuka gyalaga, naye ebisa bwe byeyongera, n'agenda wansi w'olutindo omutatera kuyita bantu. Nga yeebase wansi awannyogoga, n'agumira ebisa by'omwana ngali yekka, era ne yeezaazisa. Bwatyo n'akwata omwana we n'omusaayi gwonna, n'amubikka n'engoye ze era n'amuteeka mu kifuba kye.

Bwe waayitawo akaseera katono omujaasi wa America bwe yali ayita ku lutindo olwo n'awulira omwana akaaba. Bwe yagoberera eddoboozi ly'omwana kwe kusanga omukazi eyafudde edda nga agudde eri n'omwana we gwe yabisseeko engoye ze yabadde ayambadde. Nga omukazi mu mboozi eno, Abakyala bagala nnyo abaana baabwe nga kibanguyira nnyo okuwaayo obulamu bwabwe ku lw'abaana baabwe. Olwo ate olowooza okwagala kwa Katonda oyo okutaliiko kakwakkulizo kwenkana wa?

"Kitaawo ne Nnyoko Obassangamu Ekitiibwa"

"Okussaamu kitaawo ne nnyoko ekitiibwa" kitegeeza okugondera n'okwagala bazadde bo, era n'okubaweereza mu bwetowaze n'amazima. Bazadde baffe be baatuzaala era ne batukuza. Singa bazadde baffe tebaaliwo, olwo nno tetwandibaddewo. Kale Katonda etteeka lino ne bwe yandibadde talitadde mu Mateeka Ekumi, abantu ab'omutima omulungi bandisizza mu bazadde baabwe ekitiibwa.

Katonda atuwa etteeka lino, "Kitaawo ne nnyoko obassangamu ekitiibwa," kubanga nga bwakyogerako mu Abaefeso 6:1, *"Abaana abato, muwulirenge abazadde bammwe mu Mukama, Kubanga kino kye kirungi,"* Ayagala tusseemu bazadde baffe ekitiibwa okusinziira ku Kigambo Kye. Bw'onyooma ekigambo kya Katonda okusobola okusanyusa bazadde bo, olwo kuno tekubeera kussaamu bazadde bo kitiibwa.

Eky'okulabirako, Bw'oba onaatera okugenda ku kanisa ku Sande kyokka bazadde bo ne bakugamba nti, "Leero togenda ku kanisa. Katubeereko wamu nga ab'omu nju emu," olwo oyinza kukola otya? Bwogondera bazadde bo okusobola okubasanyusa, tekubeera kubassaamu kitiibwa. Kubeera butajjukira lunaku lwa ssabbiiti okusobola okulutukuza era obeera ogenda eri ekizikiza wamu ne bazadde bo.

Wadde mu mubiri obagondedde era n'obaweereza bulungi, olw'okuba kino kya mwoyo, era nga lye kkubo erikutwala mu ggeyeena, oyinza otya okugamba nti ddala oyagala bazadde bo? Olina okusooka okutambulira mu kwagala kwa Katonda, olwo n'olyoka oddako okusanyusa bazadde bo mwenna ne musobola okugenda mu ggulu. Kuno kwe kubassaamu ekitiibwa okutuufu.

Mu 2 Byomumirembe 15:16, wagamba, *"Era ne Maaka*

nnyina Asa kabaka n'amugoba mu bwannamasole kubanga yali akoze ekifaananyi eky'omuzizo okuba Asera, Asa n'atema ekifaananyi kye n'akifuula enfuufu n'akyokera ku kagga Kidulooni."

Namasole ow'eggwanga bwasinza ebifaananyi, abeera awakanya Katonda era ng'atambula adda eri okuzikirizibwa okw'olubeerera. Kyokka tekikoma ku ye yekka, wabula aleeta omusango ne ku bantu b'eggwanga eryo ng'abaleetera okusinza ebifaananyi nabo ne bagwa mu kuzikirira wamu naye. Eyo yensonga, lwaki wadde Maaka yali maama wa Kabaka Asa, teyagezaako kumusanyusa ng'amugondera, wabula yamuggyako ebitiibwa bye nga Namasole asobole okwenenya ensobi ze mu maaso ga Katonda, n'abantu balabuke bakole bwe batyo.

Kyokka Kabaka Asa okuggya nnyina ku kifo kye nga namasole tekyategeeza nti yalekera awo okutuukiriza obuvunaanyizibwa bwe nga mutabani we. Kasita yasigala ng'ayagala omutima gwa nnyina, kitegeeza yagenda mu maaso n'okumuwa ekitiibwa nga nnyina.

Okusobola okugamba nti, "Ddala bazadde bange n'abasizzaamu ekitiibwa," tulina okuyamba abazadde abatakkiriza okufuna obulokozi n'okugenda mu ggulu. Abazadde baffe bwe babeera bakkiriza, tulina okubayamba okuyingira mu kifo ekisingayo obulungi mu ggulu. Mu kiseere kye kimu, tulina okugezaako okubaweereza n'okubasanyusa nga bwe tusobola kyokka nga tukikola nga twesigamye ku mazima ga Katonda, mu bulamu bwaffe wano ku nsi.

Katonda ye Kitaawe W'emyoyo Gyaffe

"Kitaawo ne nnyoko obassangamu ekitiibwa" kitegeeza kye kimu nga "Kwatanga Ebiragiro bya Katonda era Omuwulirenga." Ddala omuntu bw'aba nga awulira Katonda okuva ku ntobo y'omutima gwe, ne bazadde be ajja kubassaamu ekitiibwa. Era bwatyo, ddala omuntu bw'aba aweereza bazadde be, ddala abeera aweereza ne Katonda. Kyokka amazima gali nti, bwe kituuka ku ani asooka, Katonda yalina okukulembezebwa.

Eky'okulabirako, mu by'obuwanga bingi taata bwagamba mutabani we nti, "Kwata buvanjuba," mutabani we ajja kugonda era akwate buvanjuba. Kyokka mu kiseera kino, Jjajja we bwagamba nti, "Nedda, togenda buvanjuba. Genda bugwanjuba." Olwo kibeera kituufu mutabani okugamba kitaawe nti, "Jjajja ang'ambye ng'ende bugwanjuba," era n'agenda e Bugwanjuba.

Ddala taata bwaba agondera kitaawe, tajja kunyiiga mutabani we okuba nti agondedde jjajja we mu kifo ky'okugondera ye. Ekikolwa kino eky'okugondera abakulu, okusinziira ku ani yasookawo, etuukira ne ku nkolagana yaffe ne Katonda.

Katonda ye Yatonda era n'awa ba kitaffe ne bajjajjaffe obulamu, wamu n'ezzadde lyaffe lyonna. Omuntu akolebwa eggi wamu n'enkwaso bwe byegatta. Naye oyo awa omusajja ensigo ey'obulamu ye Katonda.

Emibiri gyaffe gye tulaba n'amaaso temuli kantu, giringa bw'olaba weema eyakaseera, ekozesebwa okumala akaseera akatono ke tumala ku nsi kuno. Ng'ogyeeko Katonda, Omwoyo ye Mukama wa buli ssekinnoomu ku ffe. Omuntu ne bwageziwala kyenkana ki, tewali muntu asobola kukola mwoyo gwa muntu. Wadde omuntu asobola okukola obutaffaali bw'omubiri n'akola omubiri gw'omuntu, okujjako nga Katonda omubiri ogwo aguwadde omwoyo, ekyo ekikoleddwa tetusobola kukiyita muntu.

N'olwekyo taata yennyini ow'emyoyo gyaffe ye Katonda. Bwe tumanya kino, tulina okukola kyonna ekisoboka okuweereza n'okuwuliranga bazadde baffe, naye tulina okusinga ennyo, okwagala, okuweereza, okussa ekitiibwa mu Katonda waffe, kubanga y'ensibuko era omugabi w'obulamu.

Kale omuzadde ategeera kino tayinza kulowooza bwati, "Nze nazaala omwana wange, kye njagala kye nyinza okumukozesa." Nga bwe kyawandiikibwa mu Zabuli 127:3, *"Laba abaana bwe busika bwa MUKAMA, n'ebibala eby'olubuto ye mpeera ye,"* abazadde abalina okukkiriza bajja kukitwala nti abaana Katonda ye yababawa era nga gwe mwoyo ogutayinza kuteekebwako muwendo ogulina okukuzibwa okusinziira ku kwagala kwa Katonda so si nga bo bwe bagala.

Engeri Yokuwaamu Katonda Kitaffe Ekitiibwa, Taata W'emyoyo Gyaffe

Olwo tuyinza kukola ki okusobola okussa mu Katonda Kitaffe ekitiibwa, Taata w'emyoyo gyaffe?

Ddala bw'oba ossa mu bazadde bo ekitiibwa, olina okubagondera era ogezeeko okubawa essanyu n'okubawuliza obulungi mu mitima gyabwe. Mu ngeri y'emu, bw'oba nga ddala oyagala okuwa Katonda ekitiibwa, olina okumwagala n'okugondera ebiragiro Bye.

Nga bwe kyawandiikibwa mu 1 Yokaana 5:3, *"Kubanga kuno kwe kwagala kwa Katonda ffe okukwatanga ebiragiro Bye, era ebiragiro Bye tebizitowa,"* Bw'oba nga ddala oyagala Katonda, olwo nno okugondera ebiragiro Bye olina okukyeyagaliramu.

Ebiragiro bya Katonda biri mu bigambo ebyawandiikibwa mu bitabo enkaaga mw'omukaaga ebya Bayibuli. Kwe kugamba, mulimu ebigambo nga "Yagala, sonyiwa, Leetanga emirembe, weerezanga, sabanga," n'ebirala., Katonda bwabaako byatugamba okukola, waliwo ebigambo nga "Tokyawanga, tosaliranga balala misango, teweetwaliranga waggulu," n'ebirala., Katonda watugambira obutakola kintu. Era waliwo ebigambo nga "Ssuula eri buli kika kya kibi," n'ebirala., Katonda alina watugambira okweggyako ebintu ebimu mu bulamu bwaffe, n'ebigambo nga "Kuumanga olunaku olwa Ssabbiiti nga lutukuvu," n'ebirala., Katonda alina watugambira okwekuumanga.

Okujjako nga tutambulidde mu mateeka agaawandiikibwa mu Bayibuli era ne tufuuka evvumbe eddungi eri Katonda ng'abakristaayo, lwe tuyinza okugamba nti ddala tuwa Katonda Kitaffe ekitiibwa.

Kyangu nnyo okulaba nti abantu abagala n'okuwa Katonda ekitiibwa, bawa era ne bassaamu bazadde baabwe ab'okungulu ekitiibwa. Kiri bwe kityo lwakuba Amateeka ga Katonda galagira omuntu okuwa kitaawe ne nnina ekitiibwa wamu n'okwagala baganda be.

Ggwe muntu ayagala Katonda era ng'okola buli ekisobola okumuweereza ku kanisa, naye nga bazadde bo awaka tobafaako? Ggwe muntu omugonvu era omwangu eri baganda bo ku kanisa naye ng'olumu awaka otabuka n'ovumavuma buli muntu awaka? Abakusingako obukulu tobalabamu ka buntu era omanyi n'okubagamba nti bye boogera tebikolera makulu?

Kale sigaanyi, eriyo ekiseera nga ggwe ne bazadde bo mulina endowooza za njawulo olw'enjawulo mu myaka, mu kusoma, ne mu mpisa. Wabula wadde guli gutyo, tulina okufuba nga bwe tusobola okussa ekitiibwa mu ndowooza z'abazadde baffe. Era nga wadde tuyinza okubeera nga ffe batuufu, kasita endowooza zaabwe zibeera nga teziwakanya bya Bayibuli, tulina okusooka okukkiriza endowooza zaabwe.

Tetwerabiranga okuwa bazadde baffe ekitiibwa olw'ensonga nti tusobodde okukula okutuuka we tuli olw'okwagala kwabwe n'okwewaayo kwabwe ku lwaffe. Abantu abamu bayinza okuwulira nti bazadde baabwe tebalina kye baabakolera, era ne bafuna obuzibu okubawa ekitiibwa. Wabula, wadde abazadde abamu tebaatuukiriza buvunaanyizibwa bwabwe ng'abazadde, tulina okujjukira nti okussa mu bazadde baffe abaatuzaala ekitiibwa, kya mpisa.

Bw'oba Ng'oyagala Katonda, Bazadde bo Bawe Ekitiibwa

Okwagala Katonda n'okussa ekitiibwa mu bazadde bo bitambulira wamu. 1 Yokaana 4:20 wagamba, *"Omuntu bwayogera nti, 'Njagala Katonda', n'akyawa muganda we, mulimba kubanga atayagala muganda we gwe yali alabyeko, Katonda gwatalabangako tayinza kumwagala."*

Omuntu bwagamba nti ayagala Katonda naye nga tayagala bazadde be era nga tabeera mu mirembe ne baganda be wamu ne bannyina, olwo nno omuntu oyo abeera munnanfuusi, era nga mulimba. Eyo yensonga lwaki mu Matayo 15 ennyiriri 4-9 tulaba Yesu ng'anenya Abafalisaayo n'abawandiisi. Okusinziira ku nnono z'abakadde, kasita baawangayo eri Katonda, nga ne bwe batawa bazadde baabwe si kikulu.

Omuntu yenna bwagamba nti tasigazza kyakuwa bazadde be kubanga byonna abiwaddeyo eri Katonda, kino tekimenya tteeka lya Katonda lyokka, ery'okuwanga bazadde bo ekitiibwa, wabula, olw'okuba akozesezza Katonda ng'ekyokwewolereza, kino kyeraga lwatu nga asitudde omutima omubi; ng'ayagala okutwala omugabo gw'abazadde ye okusobola okwekkusa. Omuntu ayagalira ddala Katonda era amussaamu ekitiibwa okuva ku ntobo y'omutima gwe ajja kwagala n'okuwa bazadde be ekitiibwa.

Okugeza, omuntu eyafunanga obuzibu okwagala bakadde be edda, gyakoma okutegeera okwagala kwa Katonda, gyakoma okwagala ne bazadde be, era gyakoma okwongera okutegeera omukwano gw'abazadde. Gy'okomo okudda eri amazima, okweggyako ebibi, n'okutambulira mu kigambo kya Katonda, omutima gwo gye gujja okukoma okujjula okwagala, era gy'onookoma n'okuweereza wamu n'okwagala bazadde bo.

Emikisa Gy'ofuna Kasita Ogondera Etteeke Ery'okutaano

Katonda yasuubiza abo bonna abagala Katonda era nga bawa n'abazadde ekitiibwa mu, Okuva 20:12 awagamba nti, *"Kitaawo ne nnyoko obassangamu Ekitiibwa, enaku zo zibe nnyingi ku nsi gy'akuwadde MUKAMA Katonda wo."*

Olunnyiriri luno terutegeeza kubeera na nnaku nnyingi ku nsi kyokka olw'okuwa bazadde bo ekitiibwa, wabula lutegeeza nti gyokomo okwagala Katonda n'okuwa bazadde bo ekitiibwa mu mazima Ge, Naye bwatyo, Anaakuwanga omukisa ogw'okulaakulana n'okukuwa obukuumi mu byonna eby'obulamu bwo. "Ennaku zo okubeere ennyingi mu nsi" kitegeeza nti Katonda ajja kukuwa omukisa, n'abomu maka go, ku mulimu oba mu bizinensi zo ne mutagwirwa bibambulira, obulamu bwammwe ne busobola okubeera obw'enaku ennyingi ate nga buli bulungi.

Luusi, omukyala asangibwa mu Ndagaano Enkadde, yafuna omukisa ogw'ekika kino. Luusi yali munnagwanga okuva mu nsi ye Mowabu, era bw'otunuulira embeera eyali emwetooloodde, omuntu asobola okugamba nti yali ayita mu kaseera akazibu. Yafumbirwa omusajja Omuyudaaya eyali adduse mu Isiraeri olw'enjala. Naye ekiseera tekyayitawo kinene nga baakafumbiriganwa, n'afa n'atamulekera mwana yenna.

Ssezaala we naye yali yafa dda, era nga tewakyali musajja waka okulabirira amaka ago. Abalala abaali mu maka omwo ye nnyazaala we Nawomi, ne munne bwe baafumbirwa mu maka omwo, Opa. Nnyazaala we Nawomi bwe yasalawo okudda ewaabwe gye baava, mu Yuda, Luusi mu bwangu ddala n'asalawo okugenda naye.

Nawomi n'agezaako okwegayirira mukamwana we ono omuto aleme okumwesibako wabula asigale, atandike obulamu obuggya, obusingawo obulungi, naye Luusi n'agaana okumuwuliriza. Luusi yayagala okulabirira nnyazaala we ono eyali akadiye ate nga namwandu okutuuka ku nkomerero, bwatyo n'asalawo okumugoberera okutuuka e Yuda, ensi gye yali tagendanga. Olw'okuba yayagala nnyazaala we, yayagala okutuukiriza obuvunaanyizibwa bwe nga mukamwana. Ng'ayagala okulabirira Nawomi nga bwasobola. Okusobola okukola kino, yali na mwetegefu okwerekereze ensonga ey'okunoonya obulamu obugggya obulungi.

Luusi n'afuna okukkiririza mu Katonda wa Isiraeri okuyita mu nnyazaala we. Era tusobola okulaba ebigambo bye ebikwata ku muntu mu Luusi essuula 1, olunnyiriri 16 okutuuka ku lwe 17:

> *Tonneegayirira kukuleka, n'okuddayo obutakugoberera, kubanga gy'onoogendanga, gye nnaagendanga nze, era gy'onoosulanga gye nnasulanga nze, abantu bo be banaabanga abantu bange, era Katonda wo Katonda wange, gy'olifiira, nze gye ndifiira, era gye balinziika, MUKAMA ankole bwatyo era n'okusingawo, oba ng'ekigambo kyonna kiritwawukanya ggwe nange wabula okufa.*

Katonda bwe yawulira ebigambo bya Luusi bino, wadde Luusi yali munnagwanga, Yamuwa omukisa era n'akulaakulanya obulamu bwe. Okusinziira ku by'obuwangwa by'Abayudaaya nti omukazi asobola okufumbirwa omu ku bantu ab'omu kika kya bba, Luusi yasobola okutandika obulamu obuggya era obusanyufu n'omusajja ow'ekisa eyabeera naye obulamu bwe bwonna wamu ne nnyazaala we, gwe yayagala ennyo.

Nga n'ekisinga obukulu, mu lunyiriri lwe, mwe mwava Kabaka Dawudi, bwatyo luusi n'afuna omukisa okubaako mu lunyiriri omwava Yesu Kristo. Nga Katonda bwe yasuubiza, kubanga Luusi yawa bazadde be ekitiibwa mu kwagala kwa Katonda, era yafuna emikisa mingi egikwatikako n'egy'omwoyo.

Nga Luusi, naffe twetaaga okwagala Katonda okusooka, olwo ne tulyoka tuwa bazadde baffe ekitiibwa mu kwagala kwa Katonda, era bwe tutyo tulyoke tufune emikisa gyonna egyatusuubizibwa egiri mu bigambo bya Katonda, "ennaku zo zibeera nnyingi mu nsi."

Essuula 7
Etteeka Ery'omukaaga

"Tottanga"

Okuva 20:13

"Tottanga."

Ng'omusumba, ntera okwogeraganyaamu ne ba memba b'ekanisa bangi. Ng'ogyeeko okubasanga mu saviisi zino eza bulijjo, ntera okubasisinkana ng'abazze mbasabire, okugabana obujjulizi bwabwe, oba okwagala okuddizibwamu amaanyi. Nze okusobola okubayamba okwongera okukula mu kukkiriza kwabwe, ntera okubabuuza ekibuuzo kino; "Katonda omwagala?"

"Ye! Katonda mwagala," abantu bangi bakiddamu n'obuvumu, naye kino kibaawo lwakuba tebategeera amakulu ag'omwoyo ag'okwagala Katonda. Kale bwe ntyo ntera okugabana n'abo olunyiriri luno, *"Kubanga kuno kwe kwagala kwa Katonda, ffe okukwatanga ebiragiro Bye"* (1 Yokaana 5:3) era ne mbanyonyola amakulu ag'omwoyo ag'okwagala Katonda. Olwo bwe nziramu ne mbabuuza ekibuuzo ekyo nate, abantu abasinga tebaddamu na buvumu buli bwe baatandise nabwo.

Kikulu nnyo ffe okutegeera amakulu ag'omwoyo ag'ebigambo bya Katonda. Era kino kituukira ne ku Mateeka Ekkumi. Olwo makulu ki ag'omwoyo agali mu tteeka ery'omukaaga?

"Tottanga"

Bwe tutunula mu Lubereberye essuula ey'okuna, tulaba okutta kw'omuntu okwasooka mu byafaayo by'omuntu. Era wano mutabani wa Adam, Kayini, yeyatta muto we Abiri. Ebintu nga bino lwaki bibaawo?

Abiri yawaayo ssaddaaka eri Katonda n'agisanyukira. Kayini naye n'awaayo ssaddaaka eri Katonda mu ngeri gye yalowooza nti yentuufu, olw'obutayagala bimusumbuwa. Katonda bwatakkiriza ssaddaaka ya Kayini, mu kifo ky'okugezaako okutegeera kiki ekyasobye, Kayini yafuna bufunyi buggya ku muganda we era n'ajjula obusungu n'obukyayi.

Katonda yamanya omutima gwa Kayini, era emirundi mingi, Yalabulanga Kayini. Katonda n'amugamba nti, *"N'okwegomba kwe[ekibi] kunaabanga eri ggwe, naawe onomufuganga"* (Olubereberye 4:7). Naye nga bwe kyawandiikibwa mu Lubereberye 4:8, *"Bwe baali nga bali mu nnimiro, Kayini n'alyoka agolokokera ku Abiri muganda we n'amutta,"* Kayini teyasobola kufuga busungu bwali mu mutima gwe bwatyo n'amaliriza ng'akoze ekibi ekitasobola kukyusibwa.

Okuva mu bigambo "Bwe baali nga bali mu nnimiro", tusobola okukiraba nti Kayini yali alinze akaseera bwe banaabeera ne muganda we bokka. Kino kitegeeza nti Kayini yali yasazeewo dda mu mutima gwe okutta muganda we, era nga yali alinda kaseera akatuufu ak'okukikola. Teyamutta nga tagenderedde; kyava mu busunga bwe yalemerwa okufuga ne bufuukamu ekikolwa. Kino kye kifuula okutta kwa Kayini ekibi eky'amaanyi.

Okuva ku kutta kwa Kayini, okutta okulala kungi nnyo kugenze kubeerawo mu byafaayo by'abantu. Era olwaleero, olw'okuba ensi ejjudde ekibi, okutta kungi kubeerawo buli lunaku. Era n'emyaka abantu kwe batandikira okutta gyongedde okukka wansi, n'engeri abantu gye batta banaabwe n'azo zeyongedde okuba embi. Ate ng'ekisinga obubi ennaku zino, kwe kuba nti, abazadde okutta abaana baabwe, oba abaana okutta bazadde baabwe, tebikyatiisa nnyo ensangi zino.

Okutta Okw'okungulu: Okuggyawo Obulamu Bw'omulala

Mu by'amateeka, okutta kwawulwamu ebika bibiri: okutta okw'omutendera ogusooka, kwe kutta ng'omuntu agenderedde okutta omulala olw'ekigendererwa; so nga waliyo n'okutta okw'okumutendera ogw'okubiri, omuntu okutta nga tagenderedde okutta omuntu omulala. Okutta okuva mu nsaalwa oba olw'ebintu oba okuvudde ku kabenje ng'omuntu avuze bubi byonna bika bya kutta; wabula obuzito bw'ekibi mu buli musango bwawukana, okusinziira ku mbeera. Okutta okumu tekutwalibwa nga kibi, gamba nga okuyiwa omusaayi mu ntalo oba okutta ng'omuntu agezaako okwetaasa.

Bayibuli egamba nti omuntu bwatta omuzigu abayingiridde ekiro, si kitwalibwa nga kutta, naye omuntu bwatta omubbi amuyingiridde emisana, abeera yeerinza n'ayitiriza, era alina okubonerezebwa. Kiri bwe kityo lwakuba emyaka nga lukumi emabega, mu kiseera Katonda we Yateerawo amateeka Ge, abantu baali basobola okugoba omubbi ne bamukwata nga bayambibwako abantu abalala.

Katonda kino yakiraba ng'okwerinda ekiyitiridde singa omuntu atta munne mu ngeri eyo, era n'agamba nti kiba kibi, kubanga Katonda agaana okumalawo eddembe ly'omuntu omulala n'okunyooma ekigambo bulamu. Kino kiraga ekikula kya Katonda eky'okwagala, n'obwenkanya (Okuva 22:2-3).

Okwetta n'okuggyamu Embuto

Ng'ogyeeko ebika by'okutta ebyogeddwa waggulu, waliwo 'okwetta.' 'Okwetta' kubeera 'kutta' mu maaso ga Katonda. Katonda yalina obuyinza obusemberayo ddala ku bulamu bw'abantu, era okwetta kubeera kuwakanya buyinza buno. Yensonga lwaki okwetta kibi kinene.

Naye abantu bakola ekibi kino kubanga tebakkiririza mu bulamu oluvannyuma lw'obulamu bw'ensi eno, oba tebakkiririza mu Katonda. Kale ng'ogyeeko ekibi ky'obutakkiririza mu Katonda, era bongerako ekibi eky'okutta. Kale weewunye ekika ky'omusango ogubalindiridde!

Ennaku zino, olw'omuwendo gw'abo abakozesa yintaneeti okugenda waggulu, waliwo embeera nnyingi, ng'abantu bayingizibwa mu kikemo ky'okwetta okuyita ku yintaneeti. Mu Korea, ekintu ekisinga okuviirako abantu abali mu myaka amakumi ana okufa, ye kansa, n'ekiddirirwa okwetta.

Kino kifuuse ekizibu eky'amaanyi mu bantu. Abantu balina okutegeera nti tebalina buyinza kugyawo bulamu bwabwe, era eky'okuba nti obulamu bwabwe babugyeewo ku nsi tekitegeeza nti ebizibu bye balese ku nsi biweddewo.

Olwo ate okuggyamu olubuto? Amazima gali nti, obulamu bw'omwana ali mu lubuto buli wansi w'obuyinza bwa Katonda, kale okuggyamu embuto nakyo kubeera kutta.

Ennaku zino ng'ekibi ky'efuze obulamu bw'abantu bangi, abazadde bagyamu embuto z'abaana baabwe nga tebakirowoozezza n'ako nti kibi. Olaba okutta omuntu omulala kibi ky'amaanyi nnyo, naye ate abazadde okugyawo obulamu bw'omwana waabwe yennyini, tekiba kinene nnyo?

Okutta okw'okungulu kibi ekyeraga olwatu, era buli nsi erina amateeka amakakali eri omuntu asse. Ate era nga kibi kinene ne mu maaso ga Katonda, kale omulabe setaani asobola okuteeka omuntu atta mu mbeera ey'okubonaabona okungi n'ebizibu. Si ekyo kyokka, n'omusango ogw'amaanyi gubalindiridde oluvanyuma lw'obulamu bwabwe wano ku nsi, kale omuntu yenna takolanga ekibi ky'okutta.

Okutta Okw'omwoyo, Okukosa Omwoyo N'emmeeme

Katonda atwala okutta okw'okungulu ng'ekibi ekinene

ennyo, so n'okutta okw'omwoyo—nga nakyo kibi kinene—akitwala nti kibi kinene ddala. Olwo, okutta okw'omwoyo kwe kuli wa?

Okusooka, okutta okw'omwoyo ye muntu okukola ekiri ebweru w'amazima ga Katonda, oba kuyita mu bigambo oba mu bikolwa, era n'aleetera omuntu omulala okuddirira mu kukkiriza.

Okuleetera omukkiriza omulala okwesittala kwe kwonoona omwoyo gwe ng'omuleetera okwesamba amazima ga Katonda.

Okugeza, omukkiriza omu eyakalokoka bwajja eri omu ku mukulembeze w'ekkanisa okuweebwa amagezi era n'amubuuza, "Kirina obuzibu bwe njosa ku sande, ne mbaako ebintu ebikulu ennyo bye nkolako?" Omukulembeze bwamuddamu nti, "Bwe kiba nga ddala kikulu nga bw'ogamba, ne bw'oyosa olwa Sande," olwo omukulembeze ono aba aleetera omukkiriza omuto okwesittala.

Oba omuntu atereka sente z'ekanisa bw'abuuza nti, "Nkozeseeko ku sente z'ekkanisa nja kuzizzaawo ba mu nnaku ntono ddala?" Omukulembeze w'ekkanisa bwagamba nti, "Kasita ozizzaawo, ne bw'ozikozesa," olwo nno omusomesa abeera amusomesa ekintu ekikontana n'okwagala kwa Katonda, n'olwekyo abeera akosa omwoyo gw'omukkiriza.

Oba omuntu alina ekibiina eky'abantu abatono bwagamba nti, "Bannange nga emirimu gitumalawo ennaku zino. Simanyi oba tusobola n'okukung'ana ennaku zino?" era n'asomesa abakkiriza banne obutatwala nkung'ana ng'ekintu ekikulu, Abeera abasomesa ekyo ekikontana n'amazima ga Katonda, bwatyo aleetera bakkiriza banne okwesittala (Abaebbulaniya 10:25). Nga bwe kyawandiikibwa, *"Omuzibe w'amaaso bw'akulembera muzibe munne, bombi baligwa mu bunnya"* (Matayo 15:14).

Kale okusomesa abakkiriza obubaka obutaliimu mazima ekibaleetera okwesittala okuva ku mazima ga Katonda kika kya kutta okw'omwoyo. Okuwa abakkiriza obubaka obw'obulimba kiyinza okubaleetera okubonaabona awatali nsonga. Yensonga lwaki abakulembeze b'ekanisa abali mu kifo eky'okusomesa abakkiriza abalala balina okunyiikiranga okusaba eri Katonda okusobola okubuulira abantu ebintu ebituufu, oba ebibuuzo ebibabuuziddwa n'abo balina okubyongerayo eri omukulembeze omulala asobola okufuna okuddamu okutuufu okuva eri Katonda asobole okutwala omukkiriza ali mu kukula eri ekkubo ettuufu.

Era, omuntu okwogera ebintu byatalina kwogera, oba okwogera ebigambo ebirimu obubi, bagwa mu kika ekyo eky'okutta okw'omwoyo. Okwogera ebintu ebikolokota oba ebisalira abalala omusango, okuteekawo ekkung'aniro lye Setaani olw'okugeya, oba okukutulakutula mu bantu byonna byakulabirako ebisoomooza omuntu omulala okukyawa oba okukola obubi.

Ate ekisinga obubi, be bantu okutambuza olugambo ku muweereza wa Katonda, ng'omusumba oba ku kanisa. Eng'ambo zino ziyinza okwesittaza abantu bangi, na bwe kityo abatambuza eng'ambo zino, ddala bajja kusisinkana omusango mu maaso ga Katonda.

Mu mbeera ezimu, tulaba abantu abakosa emyoyo gyabwe olw'obubi obuli mu mitima gyabwe. Eky'okulabirako ky'abantu nga bano be Bayudaaya abagezaako okutta Yesu—wadde nga yali atambulira mu mazima—oba Yuda Isukariyooti eyalyamu Yesu olukwe ng'atunda Yesu eri Abayudaaya ku feeza amakumi asatu.

Omuntu bwe yessittala olw'okulaba obunafu bw'omuntu omulala, omuntu oyo alina okukimanya nti naye alina obubi mu ye. Waliwo ebiseera abantu bwe batunuulira abantu abakakyuka nga tebannasuula eri engeri zaabwe ez'edda ne bagamba nti, "Naye ne yeeyita Omukristaayo? Sijja na kudda ku kanisa lwa muntu oyo." Mu ngeri ng'eno y'aba yeereetedde okwesittala. Nga teri n'omu amuleetedde kwesittala; babeera be beekosezza bennyini olw'obubi bwabwe n'omutima ogusala emisango.

Mu mbeera ezimu, abantu bayinza okugwa okuva ku Katonda olw'okuggwaamu amaanyi olw'omuntu gwe baali basuubira nti w'amaanyi mu Kristo, nga bagamba nti yeeyisizza mu ngeri etali y'amazima. Singa essira baaliteeka ku Katonda ne Mukama Yesu Kristo, tebandyesittadde, wadde okuva ku kkubo ery'obulokozi.

Eky'okulabirako, waliwo abantu abayinza okweyimirira omuntu gwe beesiga era gwe bassaamu ekitiibwa, wabula olw'ensonga emu oba endala ne wabaawo ekitagenze bulungi, era ekivaamu eyateekako omukono n'afuna obuzibu olw'okuba yeeyateekako omukono. Mu mbeera ng'eno, abantu bangi baggwaamu amaanyi ne bayisibwa bubi. Ekintu nga kino bwe kituukawo, babeera balina okutegeera nti embeera eno ekakasa nti okukkiriza kwabwe tekwali kutuufu, era balina okwenenya olw'obujeemu bwabwe. Bebaajemera Katonda bwe Yatugaana okuteeka omukono ku beeyimirira amabanja (Engero 22:26).

Era bw'oba nga ddala olina omutima omulungi n'okukkiriza okutuufu, bw'olaba obunafu bw'omuntu omulala, olina okumusabira n'omutima omusaasizi era omulindirire okukyuka.

Okwongereza kw'ekyo, abantu abamu bayinza okubeera eky'okwesittala eri bo bennyini kasita bawulira bubi oluvannyuma lw'okuwulira obubaka obuva eri Katonda. Eky'okulabirako, singa omusumba alina ekibi ky'abuulirako, wadde omusumba teyamaze kulowooza ku bbo, wadde okwogera ne ku manya gaabwe, bamanyi okulowooza nti, "Musumba ali mu kwogera ku nze! Ayinza atya okunkola ekintu ng'ekyo mu maaso g'abantu bano bonna?" Era ne bava ne mu kanisa.

Oba omusumba bwagamba nti ekimu eky'ekkumi kya Katonda era nti Katonda awa omukisa abo abawa ekimu eky'ekkumi, abantu abamu beemulugunya nti ekkanisa ettadde nnyo essira ku sente. Era omusumba bwayogera ku maanyi ga Katonda n'ebyamagero Bye, abantu abamu bagamba, "Nze ebyo tebinkolera makulu," era ne beemulugunya nti obubaka tebukwatagana bulungi na kutegeera kwabwe saako okusoma kwabwe. Bino byonna byakulabirako by'ebintu ebinyiiza abantu era ne bafuuka eby'esittaza eri emitima gyabwe bennyini.

Yesu yagamba mu Matayo 11:6, *"Naye yenna alina omukisa atalinneesittalako,"* ne mu Yokaana 11:10 Yagamba nti, *"Naye omuntu yenna bwatambula ekiro, yeesittala, kubanga omusana teguli mu ye."* Omuntu bw'aba n'omutima omulungi era ng'ayaayaana okufuna amazima, tajja kwesittala oba okugwa okuva ku Katonda, kubanga ekigambo Kye, nga gwe musana, kijja kubeera mu ye. Omuntu bwe yeesittala oba ne wabaawo ekimuwuliza obubi, kiraga nti enzikiza ekyali mu ye.

Omuntu bwanyiiga amangu, kabonera akalaga nti akyali munafu mu kukkiriza kwe oba alina enzikiza mu mutima gwe. Naye omuntu anyiiza abalala naye avunaanyizibwa ku bikolwa bye. Era omuntu yenna awa omuntu omulala obubaka, wadde nga bw'amazima, alina okugezaako okubumubuulira mu ngeri ey'amagezi, ekwatagana obulungi n'eddala ery'okukkiriza kwali.

Bw'obuulira Omukristaayo eyakafuna Omwoyo Omutukuvu nti, "Bw'oba oyagala okulokolebwa, weesonyiwe omwenge n'okunywa sigala," oba "Toggulangawo edduuka lyo ku lunaku olwa Sande," oba "bw'okola ekibi ky'okulekayo okusaba, obeera weezimbidde ekisenge wakati wo ne Katonda, kale fuba nga bwosobola okujja ku kanisa buli lunaku okusaba," kiba nga okuwa omwana omuwere ennyama. Omukristaayo oyo eyakalokoka ne bwagonda olw'okutya, muli ajja kulowooza, "E! Bannange, okubeera Omukristaayo nga si byangu," awulire nga yeetisse omugugu omunene, era ekiddirira kwe kubivaamu eby'okubeera Omukristaayo.

Matayo 18:7 wagamba, *"Zirisanga ensi olw'ebigambo ebisittaza! Kubanga ebisittaza tebirirema kujja. naye zirisanga omuntu oyo aleeta ekisittaza!"* Wadde ekintu kyoyogera okyogera ku lw'obulungi bw'omuntu omulala, ky'oyogera bwe kibeera kimuyisa bubi era nga kimuleetera okuva ku Katonda, mu by'omwoyo okwo kubeera kutta, era mu ngeri emu oba endala, ojja kusisinkana ebigezo okusasulira ekibi kino.

Kale bw'oba ng'oyagala Katonda, era ng'oyagala ne bantu bano, olina okwegendereza buli kigambo ky'ofulumya mu kamwa, olwo byoyogera bibeere nga bireeta kisa n'emikisa eri buli muntu yenna awuliriza. Wadde omuntu omusomesa mazima, olina okubeera omwegendereza era olabe nga kyoyogera tekimuleetera kuwulira nga gwe basalira omusango n'obuzito mu mutima, kyokka nga kimuwa essuubi n'amaanyi okuteeka byawulidde mu nkola mu bulamu bwe, buli gw'oweereza asobole okubeera ng'atambulira mu kkubo ery'ekitiibwa ery'obulamu mu Kristo Yesu.

Okutta mu Mwoyo Olw'okukyawa Muganda wo

Ekika eky'okubiri eky'okutta mu mwoyo kwe kukyawa muganda wo oba mwannyoko mu Kristo.

Kyawandiikibwa mu 1 Yokaana 3:15, *"Buli muntu yenna akyawa muganda we ye mussi, era mumanyi nga tewali mussi alina obulamu obutaggwaawo nga bubeera mu ye."*
Kino kiri bwe kityo lwakuba, omulandira gw'okutta bwe bukyayi. Mu kusooka, omuntu ayinza okukyawa omulala mu mutima gwe. Naye obukyayi obwo bwe bukula, busobola okumuviirako okukola ekintu ekibi omuntu oyo, era ku nkomerero, obukyayi buno buyinza n'okumuviirako okutta. Era nga bwe kyali ku Kayini, kyatandikira ku Kayini bwe yatandika okukyawa muganda we Abiri.

Eno yensonga lwaki mu Matayo 5:21-22 wagamba, *"Mwawulira ab'edda bwe baagambibwa nti Tottanga, naye omuntu bw'anattanga, anazzanga omusango, naye nange mbagamba nti buli muntu asunguwalira muganda we, alizza omusango, naye anaagambanga muganda we nti 'Laka', asaanidde okutwalibwa mu lukiiko, naye anaagambanga nti, 'Musirusiru,' asaanidde okusuulibwa mu Ggeyeena ey'omuliro."*
Omuntu bwakyawa omulala mu mutima gwe, obusungu bwe buyinza okumuviirako okulwana naye. Era omuntu oli bwatuuka ku kirungi, ono atamwagala, ayinza okutandika

okukikolokota n'okufuna obuggya, ng'asalira gwe yakyawa omusango n'okumwogerako obubi ng'ayanja obunafu bwe. Ayinza okumukozesa ensobi, oba okufuuka omulabe we. Okukyawa omuntu n'okubaako ky'okola omuntu olw'obubi bw'ositudde, byakulabirako eby'okutta okw'omwoyo.

Mu biseera by'Endagaano Enkadde, olw'okuba Katonda yali tannasindika Mwoyo Mutukuvu, kyali kizibu abantu okukomola emitima gyabwe n'okufuuka abatuukiridde. Naye kati, mu biseera by'Endagaano Empya, olw'okuba tusobola okufuna Omwoyo Omutukuvu mu mitima gyaffe, Omwoyo Omutukuvu atuwa amaanyi okwegirako ddala n'embala ey'ekibi esemberayo ddala munda mu ffe.

Olw'okuba ali omu ne Katonda Obusatu, Omwoyo Omutukuvu alinga maama oyo afa ennyo ne ku buntu obutono ennyo, atusomesa ku mutima gwa Katonda Kitaffe. Omwoyo Omutukuvu atusomesa ku kibi, ku butuukirivu, ne ku musango, bwatyo n'atuyamba okutambulira mu mazima. Eno yensonga lwaki tusobola okusuula eri n'ekisiikirize ky'ekibi.

Eno yensonga lwaki Katonda takoma ku kubuulira abaana Be obutattanga kyokka, wabula n'okutukubiriza okukuulayo n'omulandira gw'obukyayi mu mitima gyaffe. Okujjako nga twegyeeko buli bubi bwonna mu mutima gwaffe era ne tujjuzaawo okwagala, lwe tusobola okubeera mu kwagala kwa Katonda era ne tweyagalira mu bukakafu bw'okwagala Kwe (1

Yokaana 4:11-12).

Bwe twagala omuntu, amaaso tetugateeka ku nsobi ze. Era omuntu oyo bw'abeera n'obunafu, tujja kumukwatirwa ekisa, era n'omutima ogujjudde essuubi, tujja kumuzaamu amaanyi era tumuwe amaanyi okukyuka. Bwe twali nga tukyali b'onoonyi, Katonda yatuwa okwagala okw'ekika kino tusobole okufuna obulokozi era tugende mu ggulu.

Kale tetulina kugondera tteeka Lye lyokka, "Tottanga," wabula tulina okwagala abantu bonna—n'abalabe bwaffe—n'okwagala kwa Kristo tulyoke tufune emikisa gya Katonda ekiseera kyonna. Era ku nkomerero, tujja kuyingira ekifo ekisingayo obulungi mu ggulu tubeere mu kwagala kwa Katonda olubeerera.

Essuula 8
Etteeka Ery'omusanvu

"Toyendanga"

Okuva 20:14

"Toyendanga."

Olusozi Vesuvius, olusangibwa mu maserengeta ga Italy, lwaliko ekituli wakati waalwo awayitanga omukka ogwokya ennyo ebiseera ebimu, naye abantu baakirabanga eky'obutonde ekirabisa obulungi ekibuga Pompeii.

Ng'ennaku z'omwezi 24 omwezi gw'omunaana, mu kyasa ekya 79 Oluvannyuma lwa Kristo okudda, mu biseera by'omutuntu, musisi n'aba ng'ayita, ebintu ebiringa ekire ekyakula ng'akatiko kwe kufubutuka mu Lusozi Vesuvius ne bibuutikira ekibuga Pompeii kyonna. Kyajja n'okubwatuka okunene. Waggulu w'olusozi wagguka amayinja agaali gookya ennyo n'evvu lyako kwe kubutikira ebitundu ebyali birwetoolodde.

Mu ddakiika ntono nnyo, abantu abatabalika baali bafudde, bakaawonawo ne baddukira ku nnyanja okuwonya obulamu bwabwe. Kyokka ate ekisinga obubi n'ekituukawo. Embuyaga n'eryoka efuuwa ng'ezza eri ennyanja.

Amayinja agookye ennyo n'omukka ogw'obutwa n'ebifuuyibwa nga bidda mu bantu abaali bawonye okubwatuka kw'olusozi olw'okuddukira eri ennyanja, era bonna ne balemererwa okussa ne bafa.

Pompeii kyali ekibuga abantu gye baakyakaliranga ennyo ekyali kijjudde obwenzi n'okusinza ebifaananyi. Olunaku lw'akyo olwasemba ku nsi lutujjukiza ebyo ebyatuuka ku bibuga bya Sodoma ne Gomorra eby'omu Bayibuli, Katonda bye yazikiriza n'omuliro. Ekyatuuka ku bibuga bino kitujjukiza engeri Katonda gyakyawa emitima egijjudde obwenzi n'okusinza ebifaananyi. Era kino kyateekebwa bulungi nnyo mu Mateeka Ekkumi.

"Toyendanga"

Okwenda kwe kwegatta wakati w'omusajja n'omukazi abatali bafumbo. Edda ennyo, obwenzi bwatwalibwanga ekikolwa ekivve. Naye ate leero? Olw'okujja kw'ebyuma bikalimagezi n'omukutu gwa Yintaneeti, abantu abakulu n'abaana basobola okulaba ebintu eby'obuseegu wonna we bagalira.

Amateeka ku kwegatta mu bantu b'ennaku zino gajunguluddwa nnyo nti ebifaananyi eby'obuseegu biragibwa ku Ttivvi, mu firimu, ne mu katuuni z'abaana. Era okulaga obwereere bw'omuntu kigenze kibuna wonna mu nsi ng'omusono. Era ekivuddemu, kwe kutegeera obubi ensonga y'okwegatta ekigenze kibuna wonna amangu ddala.

Okutegeera obulungi ensonga eno, katwekenneenye amakulu g'etteeka ery'omusanvu, "Toyendanga," mu bitundu bisatu.

Okwenda mu Kikolwa

Abantu kye bayita empisa kikyuse nnyo ensangi zino era kyongedde kwonooneka. Kyonoonesa nnyo okuba nti ennaku zino mu firimu n'obuzannyo ku ttivvi, biraga obwenzi ng'omukwano ogwa nama ddala. Era ennaku zino, abasajja abatali bafumbo n'abakazi bamala geegatta, nga muli balowooza nti, "tekirina buzibu kasita tugenda kufumbiriganwa mu maaso eyo." So nga n'abasajja oba abakazi abafumbo, basobola okwogera awatali kwekanga kwonna, nti balina abantu abalala ebbali. Kyokka ekisinga obubi, emyaka abantu kwe batandikira okwegatta gyeyongera okukka wansi.

Bw'otunulira amateeka agaaliwo, mu kiseera Amateeka Ekkumi lwe gaaweebwa Musa, abantu abaayendanga baabonerezebwanga bubi nnyo. Wadde Katonda kwagala, obwenzi kibi ekitagumiikirizika, era nga yensonga lwaki kigaanibwa ddala.

Ebyabaleevi 20:10 wagamba nti, *"N'omuntu anaayendanga ku mukazi w'omusajja omulala, anaayendanga ku mukazi wa muliraanwa we, omwenzi omusajja, n'omwenzi omukazi tebalemanga kuttibwa."* So nga mu biseera by'Endagaano Empya, ekikolwa ky'obwenzi kitwalibwa ng'ekibi ekyonoona omubiri n'emmeeme era nga kiremesa omwenzi okufuna obulokozi.

> *"Oba temumanyi nga abatali batuukirivu tebalisikira bwakabaka bwa Katonda? Temulimbibwanga, newakubadde abakaba, newakubadde abasinza ebifaananyi, newakubadde abafuuka abakazi, newakubadde abalya ebisiyaga, newakubadde ababbi, newakubadde abeegombi, newakubadde abatamiivi, newakubadde abavumi,*

newakubadde abanyazi, tebalisikira bwakabaka bwa Katonda," (1 Abakkolinso 6:9-10).

Omukkiriza eyakalokoka bwayenda olw'obutamanya mazima, asobola okufuna ekisa kya Katonda era n'afuna omukisa okwenenya ebibi bye. Naye omuntu alina okubeera omukulu mu mwoyo ng'amanyi bulungi nnyo amazima ga Katonda agenda mu maaso n'okwenda, kizibu nnyo ye okufuna omwoyo gw'okwenenya.

Ebyabaleevi 20:13-16 woogera ku kibi ky'okwegatta n'ensolo n'ekibi eky'okulya ebisiyaga. Ebiseera bino, waliwo ensi ezikkiriza ebisiyaga; so nga kino kivve mu maaso ga Katonda. Abantu abamu bayinza okwogera nti, "Ebintu bikyuse," wabula ebintu ne bwe bikyuka kyenkana ki, ensi ne bwekyuka kyenkana ki, ekigambo kya Katonda, nga ge mazima, tekikyuka. N'olwekyo omuntu bw'aba mwana wa Katonda, talina kweyonoona ng'agoberera emirembe gy'ensi eno.

Obwenzi mu Mutima

Katonda bwayogera ku bwenzi, Tayogera ku kikolwa eky'okwenda kyokka. Ekikolwa eky'okungulu eky'obwenzi kyeraga lwatu ng'ekibi eky'obwenzi, naye okusanyukira mu kulowooza oba okutunuulira ebikolwa eby'obuseegu nakyo kigwa mu kika kya bwenzi.

Ebirowoozo eby'ekikaba bireetera omuntu okubeera n'omutima ogw'ekikaba; era buno nabwo bwenzi mu mutima, wadde omuntu talina kyakoze mu kikolwa. Okugeza, omusajja bwatunulira omukazi namwendako mu mutima gwe, Katonda atunula munda ddala w'emitima gy'abantu kino akiyita bwenzi.

Wagamba mu Matayo 5:27-28, *"Mwawulira bwe baagambibwa nti, 'Toyendanga'. naye nange mbagamba nti buli muntu atunuulira omukazi okumwegomba, ng'amaze okumwendako mu mutima gwe."* Ekirowoozo eky'obwenzi bwe kiyingira mu muntu, kiyingira mu mutima gwe olwo ne kiryoka kiragibwa mu bikolwa. Ng'obukyayi bwe bumala okuyingira mu mutima gw'omuntu nalyoka atandika okukola ebintu ebikosa abalala. Era ng'obusungu bwe busooka okuyingira mu mutima gw'omuntu era ne bukula n'alyoka annyiiga ennyo n'okuvumavuma buli kiramu.

Mu ngeri y'emu, omuntu bw'aba n'okwegomba okw'okwebaka n'omuntu mu mutima gwe, kisobola okukula amangu ddala ekiroowozo n'ekiteekebwa mu nkola. Wadde tekiteekeddwa mu nkola, omuntu bwayenda mu mutima gwe, abeera yayenze dda, kubanga omulandira kw'ekibi gwe gumu.

Olunaku lumu, omwaka gwange ogwali gusoose mu seminale, neewuunya nnyo bwe n'awuliriza ekibinja ky'abasumba abaali mu mboozi. Nga sinnawulira mboozi yaabwe eyo, nali ntya nnyo abasumba nga mbawa ekitiibwa, nga bwe nandikiwadde Mukama. Bwe baamala okukaayana okumala akabanga ne bamaliriza nga bagamba "nti kasita tekiba kigenderere, tebubeera bwenzi obw'omu mutima na bwe kityo tekiba kibi."

Katonda bwe yatuwa etteeka, "Toyendanga," teyalituwa kubanga akimanyi nti twali tusobola okuligondera? Era olw'okuba Yesu yagamba nti, "mbagamba nti buli muntu atunuulira omukazi okumwegomba, ng'amaze okumwendako mu mutima gwe." tulina okwegirako ddala okwegomba okwo okw'okwaka. Ekyo siyinza kukyongerako. Ye, wadde kiyinza okubeera ekizibu okukituukiriza n'amaanyi gaffe, naye bwe tusaba era ne tusiiba, tusobola okufuna amaanyi okuva eri Katonda okusobola okwanguyirwa okweggyako okwakirira mu mitima gyaffe.

Yesu yayambala engule ey'amaggwa era n'ayiwa omusaayi Gwe okusobola okutunaazaako ebibi byaffe bye tukola mu kulowooza ne mu mutima. Katonda yatusindikira Omwoyo Omutukuvu tusobole okweggyako embala yonna ey'ekibi mu mitima gyaffe. Olwo tulina kukola ki, okusobola okwegyako okwaka mu mutima?

Omutendera Gw'okwegyako Okwakirira mu Mutima Gwaffe

Eky'okulabirako, katugambe nti omukazi omulungi, oba omusajja omulungi ayitawo, n'olowooza muli nti, "Bannange nga mulungi," oba "Omusajja ono nga mulungi," "Nandyagadde okuba naye," oba "N'amala angambako." Abantu bangi ebirowoozo bino tebabiraba nga kwakkirira oba obwenzi. Kyokka omuntu bwayogera ebigambo bino era ng'abitegeeza, k'aba kabonero kakwakirira. Okusobola okweggyako okwakirira okw'ekika kino, tulina okuyita mu mutendera ogw'okufuba okweggyako ekibi.

Ebiseera ebisinga, gy'okoma obutayagala kulowooza ku kintu, gye kikoma okujja mu bwongo. Oluvannyuma lw'okulaba ekifaananyi ky'omusajja oba omukazi nga bali mu kwegatta mu firimu, ekifaananyi ekyo tekikuva mu mutwe. Kyokka kibeera kikomawo buli ssaawa. Kisinziira kyakukutteko kyenkana ki mu mutima, gye kijja okukoma n'okukubeera mu birowoozo.

Olwo tuyinza kukola ki, okweggyako ebirowoozo bino eby'okwakirira mu mutima gwaffe? Okusooka byonna, tulina okufuba nga bwe tusobola okwewala emizannyo, obutabo, n'ebiringa ebyo, ebirimu ebifaananyi ebituleetera okubeera n'ebirowoozo by'okwakirira. Era ekirowoozo eky'okwakirira kasita kiyingira ebirowoozo byo, olina okulemesa ebirowoozo ebyo obutakutwala mu kkubo eryo. Eky'okulabirako ekirowoozo ekyakirira bwe kijja mu mutwe gwo. Mu kifo ky'okukiganya okweyongera okuba nga kikula, olina okufuba okukikomya awo wennyini.

Kati bw'okyusa ebirowoozo ebyo, n'ebifuuka ebirungi, eby'amazima, era ebisanyusa Katonda, era n'ogenda mu maaso n'okusaba, ng'omusaba akuyambe, lwajja okukuwa amaanyi okweggyako ebikemo bino. Kasita obeera ng'omaliridde era ng'osaba n'amaanyi go gonna, Amaanyi ga Katonda n'ekisa Kye bijja kukukkako. Era n'obuyambi okuva eri Omwoyo Omutukuvu, ojja kusobola okweggyako ebirowoozo bino ebibi.

Naye ekintu ekikulu ennyo ky'olina okujjukira, nti tolina kukoma ku kugezaako mulundi gumu oba ebiri. Olina okugenda mu maaso n'okusaba n'okukkiriza okutuukira ddala ku nkomerero. Kiyinza okutwala omwezi, omwaka, oba n'emyaka essatu. Wabula wadde ebbanga ggwanvu litya, bulijjo olina okwesiganga Katonda era osabe obutalekaayo. Olwo nno Katonda anaakuwa amaanyi okubeera nga owangula n'okusuula eri okwakirira okuva mu mutima gwo.

Ng'oyise omutendera ogwo "Ogw'okulekayo Ebirowoozo Ebikyamu," olwo ojja kuyingira omutendera ng'osobola "Okufuga Omutima Gwo." Bw'otuuka ku mutendera guno, ne bw'olaba ekifaananyi eky'obuseegu, bw'osalawo n'omutima gwo, "sijja kulowooza ku bino," olwo nno ebirowoozo tebijja kuddamu kuyingira mutima gwo nate. Obwenzi bubeera mu mutima nga kiva ku birowooza n'ekyo ky'owulira nga byegasse, kati bw'ofuga ebirowoozo byo, olwo ebibi ebiva ku birowoozo ebyo tebijja kufuna mukisa kuyingira mutima gwo.

Omutendera oguddako gwe gwo nga "Ebirowoozo Ebitali Bituufu Tebikyajja gyoli." Nga ne bw'olaba ekifaananyi eky'obuseegu, ebirowoozo byo tebitwalibwa, kale ng'okwakirira tekusobola kuyingira mu mutima gwo. Omutendera oguddako gwe gwo "Nga ne bw'oba ogenderedde toyinza na kubeera na Birowoozo bitali birungi."

Bw'otuuka ku ssa lino, ne bw'ogezaako okuba n'ebirowoozo ebyakkirira, tekibaawo. Kubanga ekibi ekyo wakikuulayo n'emirandiira gyakyo kyonna, wadde ng'olabye ekifaananyi ekiyinza okuvaako okwakirira, obeera tolina birowoozo oba okukyegwaniza. Kino kitegeeza ebifaananyi omutali mazima—oba omutali Katonda—bibeera tebikyayingira birowoozo byo.

Kituufu bw'oba oyita mu mitendera egy'okweggyako ekibi kino, wayinza okubaawo ebiseera ng'owulira buli kimu okyegyeeko, naye ate ekibi ne kikomawo gyoli mu ngeri emu oba endala.

Naye bw'okkiririza mu bigambo bya Katonda, era ng'olina okuyaayaana okugondera Amateeka Ge n'okweggyako ebibi, tojja kusigalira mu kifo kimu mu kutambula kwo okw'okukkiriza. Kibeera nga bw'olaba okususumbula akatungulu. bw'oggyako ekikuta ekisooka oba eky'okubiri, obeera nga atalina kyogyeeko, naye ate bw'ogende osusumbulako, otandika okukiraba nti akasusumbudde konna.

Abakkiriza abeetunuulira 'n'okukkiriza, tebaggwaamu maanyi, nga bagamba "Nga ngezezaako nnyo, naye nkyalemereddwa okusuula eri embala ey'ekibi." Balina okubeera n'okukkiriza, nti bajja kukyuka kasita babeera nga bagenda mu maaso n'okusuula eri obubi. Era ekyo bwe babeera bakirina mu ndowooza yaabwe, bafuba n'okusingawo. Bw'okizuula nti okyalina embala eyo ey'obubi, olina okwebaza kubanga olina omukisa nti okyasobola okugyegyako.

Singa, oba oyita mu mutendera ogw'okweggyako okwaka mu bulamu bwo, ekirowoozo eky'okwaka n'ekiyingira mu mutima gwo omulundi ogw'okubiri, teweerariikirira. Katonda ekyo tajja kukitwala ng'obwenzi. Bw'obeera ku kirowoozo ekyo, n'oyogala okukyongerayo, ekyo nno kye kifuuka ekibi ekinene, Naye bwe weenenya amangu ago era ne weeyongerayo n'okufuba kwo okw'okwetukuza, Katonda ajja kukutunuulira n'ekisa era akuwe amaanyi okuwangula ekibi ekyo.

Obwenzi Obw'omwoyo

Okugwa mu kikolwa eky'obwenzi kye bayita okwenda n'omubiri, kyokka waliwo obwenzi obusingawo obubi, bwe bw'enzi obw'omwoyo. "Obwenzi obw'omwoyo" ye muntu okugamba nti mukkiriza kyokka nga n'ensi ajagala okusinga Katonda. Bw'okirowoozaako, olaba ng'ensonga enkulu lwaki omuntu ayenda mu mubiri lwakuba ayagala nnyo amasanyu ag'omubiri okusinga okwagala Katonda mu mutima gwe.

Abakolosaayi 3:5-6 wasoma, *"Kale mufiise ebitundu bya mmwe ebiri ku nsi, obwenzi, obugwagwa, okwegomba okwensonyi, omululu omubi, n'okuyaayaana, kwe kusinza ebifaananyi. Olw'ebyo obusungu bwa Katonda bujja ku baana abatawulira."* Kino kitegeeza nti ne bwe tufuna Omwoyo Omutukuvu, ne twerabira ku by'amagero Bye, era ne tuba n'okukkiriza, bwe tutegyako kwegomba kwa nsi mu mitima gyaffe, Olwo nno tuba tujja kwagala ebintu eby'ensi okusinga Katonda.

Twayiga mu tteeka ery'okubiri nti amakulu ag'omwoyo ag'okusinza ebifaananyi, kwe kwagala ekintu okusinga Katonda. Olwo njawulo ki eri wakati wa "okusinza ebifaananyi okw'omwoyo" ne "obwenzi obw'omwoyo"?

Okusinza ebifaananyi be bantu abatamanyi Katonda okutondawo ekifaananyi ne bakisinza. Amakulu ag'omwoyo "okusinza ebifaananyi" be bakkiriza abalina okukkiriza okunafu okwagala nnyo eby'ensi okusinga Katonda.

Abakkiriza abakakyuka bakyayinza okubeera n'okukkiriza okunafu, era ne babeera nga bakyayagala ensi okusinga Katonda. Bayinza okubeera n'ebibuuzo nga, "Ddala Katonda gyali?" oba "Ddala waliyo eggulu ne Ggeyeena?" Olw'okuba bakyalina okubuusabuusa, kibazibuwalira okutambulira mu kigambo. Bayinza okuba bakyayagala nnyo sente, etutumu, abo ab'omu maka gaabwe okusinga Katonda, bwe batyo ne basinza ebifaananyi mu mwoyo.

So ng'ate, bwe beeyongera okuwulira ekigambo, era bwe basaba ne balaba Katonda ng'addamu okusaba kwabwe, batandika okukitegeera nti Bayibuli ntuufu. Olwo nno basobola okukikkiriza nti eggulu ne ggeyeena gye biri. Era ekidirira, batandika okutegeera ensonga lwaki balina okwagala Katonda mu mazima okusinga ekintu ekirala kyonna. Okukkiriza kwabwe bwe kukula bwe kuti, kyokka ne bagenda mu maaso okwagala n'okugoberera ebintu by'ensi, babeera "b'enda mu mwoyo."

Eky'okulabirako, waliwo omusajja eyagirwa ekirowoozo mu ngeri ennyangu, "kyandibadde kirungi okuwasa omukazi oyo," kyokka omukyala oyo ate n'afumbirwa omusajja omulala. Mu mbeera ng'eno, tetuyinza kugamba nti omukazi yakola obwenzi. Olw'okuba omusajja eyali amwegwanyizza yakirowoozaako bulowooza, era omukazi ono n'ataba na ntegeragana yonna wakati we n'omusajja oyo, tetuyinza kugamba nti yayenda. Katugambire ddala, nti omukazi ono kyali kifuuse ekifaananyi mu mutima gw'omusajja oyo.

Kyokka, omusajja bwagamba omukyala nti amwagala era ne bakkiriziganya nti bagalana, era ne bafumbiriganwa, kyokka omukazi n'afunayo omusajja ow'ebbali, kino kitwalibwa ng'obwenzi. Kale ndowooza okirabye nti okusinza ebifaananyi okw'omwoyo n'obwenzi obw'omwoyo biringa ebifaanagana, naye byanjawulo ddala.

Enkolagana Wakati w'Abaisiraeri ne Katonda

Bayibuli egeraageranya enkolagana wakati w'Abaisiraeri ne Katonda nga enkolagana ebeerawo wakati w'omwana ne kitaawe. Era enkolagana eno egerageranyizibwa ku nkolagana wakati w'omwami n'omukyala. Kino kiri bwe kityo lwakuba enkolagana yaabwe eringa ey'abafumbo abaakola endagaano y'okwagalananga. Kyokka bw'otunuulira mu byafaayo bya Isiraeri, waliwo emirundi mingi abantu ba Isiraeri bwe beerabiranga endagaano eno ne batandika okusinza bakatonda bamawanga.

Abamawanga baasinzanga ebifaananyi kubanga baali tebamanyi Katonda, naye Abaisiraeri, wadde baali bamanyi bulungi nnyo Katonda okuviira ddala olubereberye, baasinza bakatonda bamawanga olw'okuyaayaana kw'emibiri gyabwe.

Yensonga lwaki mu 1 By'omumirembe 5:25 wagamba, *"Ne basobya Katonda wa bajjajjaabwe, ne bagenda nga benda okugoberera bakatonda b'amawanga ag'omu nsi, Katonda be yazikiririza mu maaso gaabwe,"* nga kitegeeza okusinza ebifaananyi okwa Abaisiraeri, amazima, bwali bwenzi mu mwoyo.

Yeremiya 3:8 wasoma nti, *"Ne ndaba, bwe nnamala okugoba Isiraeri, eyaseeseetuka ne mmuwa ebbaluwa ey'okumugoba olw'ensonga eno kubanga ayenze, era naye Yuda ow'enkwe mwannyina n'atatya, naye era naye n'agenda ne yeefuula omwenzi."* Ekyava mu kibi kya Sulemaani, mu kiseera mutabani we, Lekobowaamu weyafugira, Isiraeri yayawulwamu emirundi ebiri Isiraeri ey'omu mambuka ne Yuda mu maserengeta. Oluvannyuma lw'okwawukana kuno, Isiraeri ow'omu mambuka kwe kwenda nga basinza ebifaananyi, era ekyavaamu, Katonda n'abeegaana era ne bazikirizibwa olw'obusungu bwa Katonda. Olwo nno Yuda mu maserengeta ne bwe yalaba bino byonna nga bituuse ku Isiraeri mu mambuka, mu kifo ky'okwenenya, ate baagenda mu maaso n'okusinza ebifaananyi.

Abaana ba Katonda bonna abaliwo mu kiseera kino eky'Endagaano Empya bagole ba Yesu Kristo. Eno yensonga lwaki omutume Pawulo ayogera nti bwe kituuka ku ky'okusisinkana Mukama, yakola nnyo okutegeka abakkiriza okubeera abatukuvu ku lwa Kristo, nga ye mwami waabwe (2 Abakkolinso 11:2).

Kale omukkiriza bwayita Mukama "Omwami wange," kyokka ng'akyagenda mu maaso n'okwagala ensi era ne yeesamba amazima, olwo nno abeera akoze obwenzi mu mwoyo (Yakobo 4:4). Omwami oba omukyala bwalya mu munne olukwa n'ayenda, kibeera kibi kinene nnyo ekizibu okusonyiyibwa. Olwo omuntu bwalya mu Katonda olukwe ne Mukama n'ayenda mu mwoyo, olwo ekibi kye kyenkana kitya obunene?

Mu Yeremiya essuula 11, tusobola okulaba nga Katonda agamba Yeremiya obutasabira Isiraeri, kubanga abaana ba Isiraeri baagaana okulekayo obwenzi mu mwoyo. Era ayongerako ng'agamba nti, abaana ba Isiraeri ne bwe banaamukoowoola, tajja kubaddamu.

Kale obwenzi obw'omwoyo bubaako we butuuka, omuntu abukola n'atasobola kuwulira ddoboozi lya Mwoyo Mutukuvu; era ne bwasaba atya, essaala ye tejja kuddibwamu. Era omuntu gyakoma okwesamba Katonda, ayongera okufuuka ow'ensi, era bwatyo n'amaliriza ng'akoze n'ebibi ebisingawo ebivaako okufa —ebibi nga obwenzi obw'okungulu. Nga bwe kyawandiikibwa mu Abaebbulaniya essuula 6 oba essuula 10, kuno kuba nga kuddamu kukomerera Kristo buto, era nga kwe kutambula ng'odda eri ekkubo ery'okufa.

N'olwekyo, katwegyeko ebibi eby'obwenzi mu mwoyo, mu birowoozo, ne mu mubiri, era bwe tutambulira mu butuukirivu, ne tusisinkana ebisaanyizo ebitufuula abagole ba Mukama— abatalinako bbala wadde olufunyiro—nga tutambulira mu bulamu obw'emikisa obwo obuleeta essanyu eri omutima gwa Taata.

Essuula 9
Etteeka Ery'omunaana

"Tobbanga"

Okuva 20:15

"Tobbanga."

Okugondera oba obutagondera Amateeka Ekkumi kikosa butereevu obulokozi bwaffe n'obusobozi bwaffe okuwangula, okuwamba, n'okufuga amaanyi g'omulabe setaani. Eri Abaisiraeri, okugondera oba obutagondera Amateeka Ekkumi kyasalangawo oba bakyali abantu ba Katonda obalonde oba tebakyali.

Mu ngeri y'emu, ffe abafuuse abaana ba Katonda, okugondera oba obutagondera kigambo kya Katonde kye kiraga oba tuli balokole oba nedda. Kino kiri bwe kityo lwakuba obugonvu bwaffe eri ebiragiro bya Katonda kye kisalawo omutendera okukkiriza kwaffe kwe guli. Kale okugondera Amateeka Ekkumi kikwataganyizibwa nnyo n'obulokozi bwaffe, era nga mu mateeka gano ekkumi, Katonda mwatulagira okwagala Kwe era mwatuweera emikisa.

"Tobbanga."

Waliwo enjogera erudde mu Korea egamba nti, "Omubbi w'empiso yafuuka omubbi w'ente." Kino kitegeeza nti omuntu bwazza obusango obutono n'atabonerezebwa, n'abeera ng'akidding'ana ekintu ekyo ekitali kirungi, ekivaamu ng'atandika n'okuzza emisango eminene egivaako emitawaana eminene. Yensonga lwaki Katonda atulabula nti, "Tobbanga."

Bino bye byatuuka ku musajja ayitibwa Fu Pu-ch'i, eyali

amanyiddwa nga "Tsze-tsien" oba "Tzu-chien" era nga y'omu ku bagoberezi ba Confucius, era nga yakulira eggye lya Tan-fu eryali mu ssaza lya Lu, mu biseera Chunqiu eya China weyabeerera ku mbiranye ne Warring States. Waaliwo amawulire agajja nti abajaasi mu ssaza lya Qi eryali libalinaanye baali banaatera okubalumba, era Fu Pu-ch'i n'alagira wabeerewo obukuumi obw'amaanyi ku bisenge by'obwakabaka.

Bino byabaawo mu kiseera ekyamakungula era ng'emmere mu nimiro etuuse okukungula. Abantu ne bamusaba nti, "Nga tonnaggalawo bisenge katusooke tukungule emmere yaffe, abalabe nga tebannatuuka." Kyokka Fu Pu-ch'i okusaba kw'abantu nakugaana era bwatyo n'aggalawo enzigi zonna. Abantu ne bakyawa Fu Pu-ch'i, nga bagamba nti ali ku ludda lw'abalabe, bwatyo Kabaka n'amuyita okubimubuuza. Kabaka bwe yatandika okumubuuza lwaki yali akoze ekintu bwe kityo, Fu Pu-ch'i n'addamu nti, "Kituufu kufiirwa kw'amaanyi abalabe bwe banaatwala emmere yaffe yonna, naye ate abantu baffe, mu kwanguyiriza, bwe banaayiga omuze gw'okutwala emmere ey'omunimiro ezitali zaabwe, omuze ogwo gujja kubeera muzibu okubagyamu ne bwe kinaatwala emyaka kkumi." N'ebigambo ebyo, Fu Pu-ch'i yafuna ekitiibwa kinene era kabaka n'amwagala nnyo.

Fu Pu-ch'i yali asobola okukkiriza abantu okukungula emmere yaabwe nga bwe baali basabye, naye bwa bandiyize okwekwasa ensonga eziriwo okusobola okubba ebirime by'abantu abalala, olwo nno ebyandivuddemu byandibadde bibi nnyo eri abantu n'obwakabaka mu biseera eby'omu maaso. Kale "okubba" kitegeeza okukozesa ekintu mu ngeri enkyamu n'ebigendererwa ebikyamu; oba omuntu okutwala ekintu ekitali kikye, oba okuwamba ekintu ky'omulala mu ngeri ey'olukujukuju.

Naye "okubba" Katonda kwayogerako nakwo kulina amakulu mangi era magazi ag'omwoyo. Olwo biki ebiri mu kigambo "okubba," etteeka ery'omunaana?

Okutwala Ekintu Ky'omuntu Omulala: Amakulu Ag'okungulu Ag'okubba

Bayibuli eraga bulungi nnyo nti egaana okubba, era eteekawo ebiragiro ebirina okukolebwa ku muntu abbye (Okuva 22).

Ekisolo ekibbe bwe kisangibwa n'eyakibbye nga kikyali kiramu, omubbi alina okusasula nnyini nsolo omuwendo okugikubisaamu emirundi ebiri. Omuntu bwabba ensolo n'agibaaga oba n'agitunda, bw'amanyibwa, alina okusasula nnyini yo ensolo ezikubisaamu emirundi etaano, n'amuweerako n'endiga nnya. Omuntu ekintu kyatutte ne bwe kiba kitono kitya, era bubeera bubbi, era nga n'abantu bakitwala ng'omusango era nga waliwo n'ebibonerezo ebyateekebwawo.

Ng'ogyeeko obubbi obumanyiddwa, waliwo obubbi abantu bwe bakola naye nga tebamanyi oba nga tebafaayo. Eky'okulabirako, mu bulamu bwaffe obwa bulijjo, tuyinza okubeera n'omuze ogw'okukozesa ebintu by'abantu abalala nga tetubisabye, era nga tetukitutte nga kikulu. Era nga tekitulumiriza okukikozesa nga tetusabye, lwakuba omuntu oyo munnaffe oba ng'ekintu kye tukozesa si kya muwendo nnyo.

Kye kimu ne bwe tukozesa ebintu by'abaami baffe oba abakyala baffe nga tetubasabye. Kale bwe kiba tekyewalika, bwe tukozesa ekintu ky'omuntu nga tetumusabye, bwe tuba tumaze okukikozesa katukizeeyo amangu ddala. Kyokka, waliwo emirundi mingi lwe tutakizza nayo.

Omuntu oyo aba takomye ku kufiirwa kintu kye kyokka; wabula kubeera nakumuyisaamu maaso. Wadde guyinza obutatwalibwa nga musango gw'amaanyi okusinziira ku mateeka agakola mu bantu, kino kitwalibwa ng'obubbi mu maaso ga Katonda. Omuntu ddala bwaba n'omutima omulungi, n'abaako ekintu kyatutte—ne bwe kiba kitono kitya oba nga si kya mugaso nnyo—kyokka ng'akitutte awatali lukusa, abeera alina omusango.

Wadde tetubbye oba okutwala ekintu olw'empaka, bwe tutwala ekintu ky'omuntu mu ngeri etali ntuufu, era kitwalibwa ng'obubbi. Omuntu okukozesa ekifo kyalimu oba amaanyi galina okusaba enguzi naye agwa mu kkowe lino. Okuva 23:8 walabula nti, *"Era toweebwanga kirabo, kubanga ekirabo kibaziba amaaso abatunula, kikyusa ebigambo by'abatuukirivu."*

Abatunda ebintu nga balina omutima omulungi bajja

kulumirizibwa munda mu bo bwe batunda ebintu byabwe sente ennyingi ennyo okusobola okufuna amagoba amangi. Wadde tebalina kye babbye mu kyama, ekikolwa kino kijja kutwalibwa nga bubbi kubanga batutte kinene okusinga bwe kisaana.

Okubba mu Mwoyo: Okutwala ekyo ekya Katonda

Ngogyeeko "okubba" ng'otwala ekintu ky'omulala nga takuwadde lukusa, waliwo "okubba okw'omwoyo" ng'otwala ku Katonda awatali lukusa. Era kino kiyinza okukosa obulokozi bw'omuntu.

Yuda Isukaliyooti, omu ku bayigirizwa ba Yesu, ye yali avunaanyizibwa kukutereka ebiweebwayo abantu bye baawangayo nga bamaze okuwonyezebwa oba Yesu be yawanga omukisa. Naye ekiseera bwe kyayitawo, omululu ne guyingira omutima gwe, era n'atandika okubibba (Yokaana 12:6).

Mu Yokaana essuula 12, tulaba Yesu ng'akyala mu nnyumba ya Simyoni e Bessaniya, era ne tulaba omukazi eyajja nayiwa ku Yesu amafuta agakaloosa ag'omuwendo omungi. Kino Yuda bwe yakiraba n'amunenya ng'agamba, nti lwaki amafuta tegaatundiddwa esente n'eziweebwa abaavu. Amafuta agakaloosa era nga gamuwendo mungi, singa gatundibwa, ye ng'omukwasi w'ensawo y'ensimbi, yandizeyambisizza, naye olw'okuba gaali gayiriddwa ku bigere bya Yesu, yawulira nga ekintu ekyettunzi bwe kityo kyali kifudde busa.

Era gye byaggwera, Yuda, eyali afuuse omuddu wa sente, yatunda Yesu olw'ebitundu bya feeza amukumi asatu. Wadde yalina omukisa okufuna ekitiibwa ky'okuyitibwa omu ku bayigirizwa ba Yesu, kyokka yadda mu kubba ku Katonda era n'atunda n'omusomesa we, n'ayongereza ku bibi. Ekye nnaku, teyafuna wadde n'omwoyo ogw'okwenenya nga tanneeggya mu nsi era bwatyo n'afa enfa embi (Ebikolwa 1:18).

Eno yensonga lwaki tulina okumanya obulungi ennyo ekitutuukako bwe tubba Katonda.

Engeri Esooka, Ye Muntu Okubba Ensimbi Z'ekanisa.

Wadde omubbi si mukkiriza, kyokka bwabba sente z'ekanisa, alina okujjula okutya mu mutima gwe. Kati ate bw'aba omukkiriza, nga yabbye ensimbi z'ekkanisa, ayinza atya okugamba nti alina okukkiriza nti anaalokolebwa?

Abantu ne bwe babeera tebamutegedde, Katonda alaba buli kimu, era ekiseera bwe kinaatuuka, Ajja kusala omusango Gwe ogw'obwenkanya, era omubbi alina okusasula empeera y'ekibi kye. Omubbi bwalemererwa okwenenya ebibi bye era n'afa nga talokose, nga kiba kizibu ekimulindiridde! Kasita ekyo kituukawo, ne bwe yeenenya n'agwa ku ttaka era ne yeekuba mu kifuba okwenkana ki nga yejjuse ekikolwa kye yakola, ajja kubeera takyalina kyakuzza. Teyandikutte ku sente za Katonda.

Engeri Ey'okubiri Omuntu Bwamala Gakwata ebintu by'Ekanisa oba Okukozesa Obubi Ensimbi Z'ekanisa.

Omuntu ne bw'aba tabbye sente za kiweebwayo, bwakozesa sente ezikung'anyizibwa okubaako kye zikola gamba nga okukola omulimu gw'obuminsane oba ebirala n'azikozesa mu bibye, kino era kitwalibwa ng'okubba Katonda. Era kubeera kubba, omuntu bwagula ebintu ebikozesebwa mu woofiisa n'esente ze kanisa kyokka n'abikozesa mu bibye.

Okwonoona ebintu ebigulibwa okukozesebwa ku kanisa, okukozesa sente ze kanisa okugula ebintu ezifisseewo n'ozikozesa mu bibyo mu kifo ky'okuzizza mu kanisa, oba okukozesa essimu y'ekanisa, amasanyalaze, ebyuma, n'entebe mu bibyo, awatali lukusa, oba okukwata obubi ensimbi ze kanisa.

Tulina n'okukakasa nti abaana tebonoona oba okuyuza wadde okufunyaafunya ebbaasa z'ebiweebwayo, empapula okuli obubaka bw'ekanisa oba amawulire nga bazanya. Omuntu bino ayinza obutabitwala nga bikulu, naye ku ddaala ery'omwoyo, kubeera kubba Katonda, era ebikolwa bino biyinza okufuuka emisanvu egy'ebibi wakati waffe ne Katonda.

Engeri Ey'okusatu kwe Kubba Ekimu Eky'ekkumi N'ebiweebwayo.

Mu Malaki 3:8-9, wagamba, *"Omuntu alinyaga Katonda? Naye mmwe munyaga nze! Naye mwogera nti, 'Twakunyaga tutya?' Mwannyagako ebitundu eby'ekkumi n'ebiweebwayo. Mukolimiddwa ekikolimo ekyo, kubanga munyaga Nze, eggwanga lino lyonna!"*

Ekimu eky'ekkumi kwe kuwa Katonda ebitundu kkumi ku buli nsimbi zonna z'oyingiza, nga obukakafu nti tutegeera nti ye Mukama w'ebintu ebikwatikako byonna nti era yalina obuyinza ku bulamu. Eno yensonga lwaki bwe twogera nti tukkiririza mu Katonda kyokka ne tutawaayo ekimu ekye kkumi, tubeera tubba Katonda, bwe kityo ekikolimo ne kigwa ku bulamu bwaffe. Kino tekitegeeza nti Katonda anaatukolimira, kitegeeza nti Setaani bw'anaatulumiriza olw'ensobi eno, Katonda tasobola kutukuuma, kubanga tubeera, tumenye amateeka ga Katonda ag'omwoyo. N'olwekyo tuyinza okufuna obuzibu bw'ensimbi, ebikemo, n'ebizibu ebitali byetegekera oba endwadde.

Naye kyogera mu Malaki 3:10 nti, *"'Muleete ekitundu eky'ekkumi ekiramba mu ggwanika, ennyumba yange ebeeremu emmere, era munkeme nakyo, bwayogera MUKAMA w'eggye, oba nga siribaggulirawo ebituli eby'omu ggulu, ne mbafukira omukisa, ne wataba na bbanga we guligya.'"* Bwe tuwaayo ekimu eky'ekkumi mu bulamba bwakyo, tusobola okufuna emikisa gya Katonda gye yasuubiza wamu n'obukuumi.

Era waliwo n'abantu abamu abatafuna bukuumi bwa Katonda kubanga tebawaayo ekimu eky'ekkumi kyonna. Nga tebakutte na ku ngeri ndala ze bayingizaamu ensimbi, ate bagenda mu maaso ekimu eky'ekkumi ne bakiggya ku musala gwokka ate nga bamaze na kubala musolo gwe bagugyako so nga bandikiwadde ku musala nga bwe gubaweebwa nga tegunatemwako misolo.

Naye ng'okuwa ekimu eky'ekkumi ekituufu kwe kuwa Katonda ekimu eky'ekkumi ku sente zonna ze tuyingiza. Ensimbi eziva mw'ebyo bye tukola byonna, esente ezikuweereddwa obuwi, ebijjulo bye bakuyiseeko ne bakuwa akasiimo, oba ebirabo byonna, g'aba magoba, kale tulina okumanya ekimu eky'ekkumi okuva mw'ebyo byonna ne tulyoka tuwaayo ekimu eky'ekkumi ekijjuvu.

Mu mbeera ezimu, abantu bamanya ekimu eky'ekkumi kyabwe bwe kyenkana kyokka ne bakiwaayo nga ekiweebwayo eky'engeri endala, gamba ng'okuwaayo ku lw'obuminsane, ku lw'ekirabo n'ebiringa ebyo. Naye kuno kubeera kubba Katonda, kubanga ekimu eky'ekkumi oba tokiwaddeyo mu butuufu bwakyo. Engeri ekanisa gy'ekozesaamu ensimbi eziweereddwayo kiri eri ekitongole ky'ebyensimbi, naye nga kiri gye tuli okuwaayo ekimu eky'ekkumi mu ngeri entuufu nga ekimu eky'ekkumi.

Tusobola n'okuwaayo ebiweebwayo ebirala nga okwebaza. Abaana ba Katonda balina bingi eby'okwebaliza Katonda. Olw'okuba twaweebwa ekirabo eky'obulokozi tusobola okugenda mu ggulu, olw'obuvunaanyizibwa obw'enjawulo bwe tukola mu kanisa tusobola okufuna empeera mu ggulu, ne ku nsi kuno nga tukyagiriko, tufuna obukuumi bwa Katonda n'emikisa ekiseera kyonna, olw'ebyo, ddala tetulina kwebaza nnyo?

Yensonga lwaki buli Sande tulina okujja mu maaso ga Katonda n'ebiweebwayo eby'okwebaza mu maaso ga Katonda nga twebaza Katonda olw'okutukuuma okututuusa mu wiiki endala. Ne mu nnaku ezikuzibwa mu bayibuli oba ku mikolo egitegekeddwa nga tulina okwebaza Katonda, tulina okussa wabbali ekiweebwayo eky'enjawulo ne tukiwaayo eri Katonda.

Nga tukolagana n'abantu, omuntu bwakuyamba oba bw'abaako kya kukolera mu ngeri ey'enjawulo, tuwulira nga tetwandikomye ku kwebaza kyokka; tubeera twagala tubeeko kye tumuwaayo. Mu ngeri y'emu, kyandibadde kijja kyokka mu ffe okuwulira nti twandyagadde okuwaayo eri Katonda mu ngeri ey'okumusiima olw'okutuwa obulokozi n'okututegekera eggulu (Matayo 6:21).

Omuntu bwagamba nti alina okukkiriza kyokka ng'akwatirira ensimbi ze bwe kituuka ku kuwaayo eri Katonnda, kitegeeza nti akyaluvubanira eby'ensi ebikwatikako. Kino kiraga nti ayagala nnyo ebintu ebikwatikako okusinga Katonda. Yensonga lwaki Matayo 6:24 wagamba, *"Tewali muntu ayinza kuweereza baami babiri, kuba oba anaakyawa omu, n'ayagalanga omulala, oba anaanywereranga omu, n'anyoomanga omulala. Temusobola kuweereza Katonda ne mamona."*

Bwe tuba Abakristaayo abakuze, kyokka nga twagala ebintu ebikwatikako okusinga Katonda, kati awo kibeera kyangu ffe okudda emabega mu kukkiriza kwaffe okusinga okweyongerayo mu maaso. Ekisa kye twafuna tukyerabira, ensonga z'okuba nga twebaza n'ezikendeera mu ffe, era okukkiriza kwaffe bwe kutyo ne kweveera okutuuka ku ssa ly'obulokozi bwaffe okubeera mu katyabaga.

Katonda asanyukira ekiweebwayo ekirina evvumbe eddungi olw'okwebaza n'okukkiriza nnyini kyo mwakiweereddeyo. Buli omu alina ekigero ky'okukkiriza kya njawulo, era Katonda amanyi embeera ya buli muntu, era atunuulira omutima gw'omuntu munda. Kale si bunene oba bungi bw'ekiweebwayo nti kye kikulu Gyali. Jjukira Yesu bwe yasiima ekiweebwayo kya namwandu omwavu eyawaayo amapeesa abiri gokka ge yali asigazza mu bulamu bwe (Lukka 21:2-4).

Bwe tusanyusa Katonda mu ngeri eno, Katonda ajja kutuwa omukisi n'emikisa mingi n'ensonga ez'okumwebaza tutuuke ku ssa ng'ebiweebwayo bye tuwaayo bibeera nga tebikyasobola kutuuka ku mikisa gye tunaaba tufuna okuva Gyali. Katonda akakasa nti emyoyo gyaffe giri bulungi, era n'atuwa omukisa obulamu bwaffe ne bubeera n'ebintu ebikulukuta ekituwa ensonga eziwera ez'okumwebaza. Katonda atuwa emikisa egy'ekubisizaamu emirundi asatu, enkaaga, n'ekikumi mw'ebyo ebiweebwayo bye tuwa Gyali.

Oluvannyuma lw'okukkiriza Kristo, bwe nakitegeera bwe

nti nti tulina okuwangayo ekimu eky'ekkumi mu bulamba bwakyo eri Katonda, n'entandikirawo okukigondera. Ebbanja eryali limanjibwa lyali lingezzeeko mu myaka omusanvu gye n'amala nga ndi ku ndiri, naye olw'okuba neebazanga Katonda olw'okumponya endwadde ezaali zinzimbyeko akayumba, bulijjo n'awangayo eri Katonda nga bwe nsobola. Wadde nze ne mukyala wange ffembi twali tukola, twabeeranga mu kusasula bbanja eryo, naye era, nga tetugenda mu kanisa ngalo nsa.

Bwe twakkiririza mu Katonda asinga amaanyi era ne tutambulira mu kigambo Kye, Yatuyamba ne tusobola okusasula ebbanja eryali lyatuyitiriraako mu myezi mitono ddala. Era mu kiseera ekyo, twasobola okuloza ku mikisa gya Katonda gye yatuyiiranga egitaakomanga n'etusobola okubeera nga tetubulwa.

Engeri Ey'okuna kwe Kubba Ekigambo kya Katonda.

Okubba ekigambo kya Katonda kitegeeza okuwa obunnabbi obw'obulimba mu linnya lya Katonda (Yeremiya 23:30-32). Ey'okulabirako, eriyo abantu ababba ebigambo Bye nga bagamba nti baawulidde eddoboozi lya Katonda era ne boogera ku kiseera eky'omu maaso ng'abalaguzi oba ne bagamba omuntu atakola bulungi mu bizinensi nti "Katonda yakulemesezza bizinensi kubanga ayagala ofuuke musumba, mu kifo ky'okubeera mu bizinensi."

Era kubeera kubba kigambo kya Katonda, omuntu bwaloota

ebibye ebivudde ku birowoozo bye, kyokka n'agamba nti, "Katonda ye yampadde ekirooto kino," oba "Katonda ye yampadde okwolesebwa kuno." Era kino kigwa ne mu ttuluba ly'okukozesa obubi erinnya lya Katonda.

Kituufu okutegeera okwagala kwa Katonda okuyita mu mirimu gy'Omwoyo Omutukuvu n'okwatula okwagala kwa Katonda kirungi, naye okusobola okukola kino obulungi, tulina okwekebera oba tukirizibwa mu maaso ga Katonda. Kino kiri bwe kityo lwakuba Katonda tamala googera na buli muntu. Ayogera n'abo bokka abatalina bubi mu mutima gwabwe. Eno yensonga lwaki tulina okukakasa nti tetulina ngeri yonna gye tubbamu kigambo kya Katonda olw'okunnyikira mu birowoozo byaffe.

Ng'ogyeeko kino, bwe tuwuliranga okulumirizibwa okw'amaanyi, okuswala n'okwebwalabwala bwe tubaako ekintu kye tuttute oba okukola, kano kabonero akalaga nti tulina okwetunulamu. Ensonga lwaki tuwulira okulumirizibwa tuyinza okuba nga tulina kye tutwala ekitali kyaffe okukikozesa mu byaffe, era Omwoyo Omutukuvu mu ffe abeera asinda.

Eky'okulabirako, ne bwe tuba tetubbye kintu, bwe tufuna empeera naye nga kyenkana tewali kye twakola oba bwe tuweebwa obuvunaanyizibwa ku kanisa, naye ne tutatuukiriza buvunaanyibwa bwaffe, bwe tuba n'omutima omulungi, tulina okuwulira okulumirizibwa.

Era, omuntu alina okukola omulimu gwa Katonda

bw'ayonoona obudde obwandibadde obw'okukoleramu emirimu gy'obwakabaka bwa Katonda, abeera abba obudde. Si mu bya Katonda byokka, wabula ne mu mirimu emirala gye tukola, tulina okukuuma obudde, tuleme okuviirako abalala okufiirwa nga tukerewa.

N'olwekyo bulijjo tulina okwetunulangamu okukakasa nti tetukola ekibi eky'okubba mu ngeri yonna, era tweggyeko obuluvu n'okweyagaliza mu birowoozo byaffe ne mu mutima. Era n'omutima omulungi, tulina okufuba okulaba nti tubeera n'emitima egy'amazima mu maaso ga Katonda.

Essuula 10
Etteeka Ery'omwenda

"Towaayirizanga Muntu munno"

Okuva 20:16

"Towaayirizanga muntu munno."

Ekiro Yesu lwe yakwatibwa. Peetero bwe yali atudde ebweru mu kigango Yesu mwe baali bamubuuliza ebibuuzo, ne wabaawo omuwala eyajja gyali n'amugamba nti, "Naawe wali wamu ne Yesu Omugaliraaya." Peter eyali atidde bwe yawulira bino kwe kuddamu nti, "Kyoyogerako sikimanyi" (Matayo 26).

Ddala Peetero teyeegaana Yesu okuva ku ntobo y'omutima gwe—yali alimba olw'okutya okwali kumwetimbye. Era oluvannyuma lwa kino, Peetero yafuluma ne yeekubakuba n'okukoona omutwe ggwe wansi nga bwakaaba nnyo. Era Yesu bwe yali yeetisse omusalaba nga agenda e Gologoosa, Peetero yamugoberereranga wala, nga aswadde era nga tayagala na kuddamu kutunula waggulu.

Wadde bino byonna byabaawo nga Peetero tannafuna Omwoyo Omutukuvu, olw'okulimba kuno, yagaana okukomererwa nga Yesu, ng'omusalaba gwesimbye. Era ne bwe yamala okufuna Omwoyo Omutukuvu n'okuwaayo obulamu bwe bwonna eri obuweereza Bwe, yaswala nnyo olw'essaawa gye yeegaaniramu Yesu, era kye yava yeewaayo okukomererwa ng'atunudde wansi.

"Towaayirizanga Muntu Munno"

Ku bigambo byonna abantu bye boogera buli lunaku, waliwo ebigambo ebikulu ennyo, so nga ebirala tebibeera by'amugaso. Ebigambo ebimu tebirina makulu, ate ebigambo ebirala bibeera bijjudde obubi nga biriwo okulumya oba okulimba abalala.

Obulimba bye bigambo ebibi ebitaliimu mazima. Wadde tebakikkiriza, abantu bangi nnyo abalimba buli lunaku—balimba ebirimbo ebinene n'ebitono. Abantu abamu bamanyi n'okwogera nga tebatya nti, "Nze sirimba," naye babeera tabanakimalayo nga obulimba bwe boogeddeko obwogezi tebwogerekeka.

Obukyafu, Ebintu ebiwunya, n'ebintu ebitateredde bulungi bisobola okukwekebwa mu nzikiza. Naye attaala eyaka obulungi bw'emulisibwa mu kisenge omwo, n'obuntu obutono ennyo ng'enfuufu bulabika. Mu ngeri y'emu, Katonda, nga Ye mazima gennyini, era nga musana; alaba abantu bangi abalimba ekiseera kyonna.

Eno yensonga lwaki mu tteeka ery'omwenda, Katonda atugaana okulimba n'okuwaayiriza bantu bannaffe. Wano, "muntu munno" kiyimirirawo okutegeeza bazadde baffe, ab'oluganda, abaana—n'omuntu omulala yenna atali ffe. Katwekenneenye ekyo Katonda kyayita "okuwaayiriza bantu bannaffe" mu bitundu bisatu.

Ekisooka, "Okuwaayiriza" Kitegeeza Okwogera ku Muliraanwa wo mu ngeri Etaliimu Mazima.

Tusobola okulaba obuzibu obuva mu kuwaayiriza omuntu. Okugeza, bwe twetegereza okuwozesebwa mu kkooti. Olw'okuba obujulizi bw'omujulizi bukulu nnyo mu nsala y'omusango, era ne bwe kiba kitono nnyo kyayongeddemu, kiyinza okuviirako omuntu atalina musango okubonaabona ebitagambika, era embeera esobola okufuuka ey'okufa n'obutanyagwa.

Okusobola okwewala omujulizi okulimba oba okuwaayiriza, Katonda yalagira abalamuzi okuwulira okuva eri abajulizi bangi okusobola okutegeera obulungi embeera zonna ez'omusango olwo basobole okuwa ensala entuufu. Eno yensonga lwaki Yalagira abajulizi n'abasazi b'emisango okubeera abeegendereza era ab'amazima.

Mu Ekyamateeka Olw'okubiri 19:15, Katonda agamba nti, *"Omujulirwa omu tagolokokeranga ku muntu olw'obutali butuukirivu bwonna oba olw'ekibi kyonna, mu kibi kyonna ky'ayonoona olw'akamwa k'abajulira ababiri oba olw'akamwa k'abajulirwa abasatu ekigambo kinaanywezebwanga."* Era yeeyongerayo ng'agamba mu lunyiriri 16-20 nti *"Omujulirwa atali mutuukirivu bw'agolokokeranga ku muntu yenna okutegeeza ng'akoze bubi,"* Alina okufuna ekibonerezo ekibadde eky'oyo gwalumiriza.

Ng'ogyeeko emisango egy'amaanyi ng'omuntu afirizza munne ekigenze ewala, waliwo embeera nnyingi nnyo abantu mwe balimbira obulimbo obutono wano ne wali ku baliraanwa baabwe mu bulamu obwa bulijjo. Omuntu ne bw'aba tawaayiriza muliraanwa we, bwatayogera mazima mu mbeera mwalina okwogerera amazima ng'agezaako okuzibira muliraanwa we, kino kitwalibwa ng'okuwaayiriza.

Singa omuntu omulala bamuteekako omusango olw'ensobi gye tukoze, kyokka ne tusirika olw'okutya okugwa mu buzibu, olwo tuyinza tutya okubeera n'omutima oguteredde awamu? Katonda atugaana okulimba, era atulagira okubeera n'emitima egy'amazima ekigambo kyaffe n'ebikolwa bibeeremu amazima.

Olwo Katonda kiki kyalowooza ku birimbo bye 'tuyita ebitono' era ne tulimba okubudaabuda omuntu oba okumuwuliza obulungi?

Eky'okulabirako, tuyinza okuba nga tukyadde ewa mukwano gwaffe, n'atubuuza, "Omaze okulya?" Wadde tetunnalya, tuddamu ne tugamba nti, "Tulidde," obutamusumbuwa. Kyokka mu mbeera eno, tusobola okwogera amazima nga tugamba nti, "Sinnalya, naye sagala kulya kati."

Waliwo n'ebyokulabirako eby'obulimbo obutono buno mu Bayibuli.

Mu Kuva essuula 1, tulaba kabaka w'e Misiri ng'atidde omuwendo gw'abaana ba Isiraeri ogwali gweyongera buli lukya, era n'awa ekiragiro abakyala abaebbulaniya. yabagamba nti, *"N'ayogera nti bwe mubakolanga abakazi Abebbulaniya emirimu egy'okuzaalisa, bwe mubalabanga nga bali ku ntebe, omwana bw'abanga ow'obulenzi, mumuttanga bw'abanga ow'obuwala abeerenga mulamu"* (olu. 16).

Naye Abaebbulaniya olw'okuba baali batya Katonda tebaawuliriza kabaka w'e Misiri era ne batatta baana ab'obulenzi. Kabaka bwe yayita abakyala abo okubabuuza, "Lwaki mukoze ekintu ekifaananako bwe kiti, ne muleka abaana ab'obulenzi okuba abalamu?" Ne baddamu nti, "Kubanga abakyala Abaebbulaniya tebalinga bakyala Bamisiri; kubanga balina amaanyi era basindika nga n'abazaalisa tebannatuukayo."

Era, ne kabaka eyasooka owa Isiraeri, Kabaka Sawulo, bwe yafuna obuggya ku Dawudi era n'agezaako okumutta kubanga abantu baali bamwagala okumusinga, Yonasaani, mutabani wa Sawulo, n'amusalira amagezi okusobola okutaasa obulamu bwa Dawudi.

Mu mbeera ng'eno, ng'abantu balimbye okusobola okutaasa omuntu omulala, era nga bakikoze olw'obulungi bw'abalala, so si lwa kwefaako bo bokka, Ddala Katonda tajja kubabonereza nnyo ng'abagamba nti, "balimbye." Era nga bwe kyali ku bazaalisa Abaebbulaniya, Ajja kubalaga ekisa Kye, kubanga babeera bagezaako okutaasa obulamu n'ekigendererwa ekirungi. Wabula wadde guli gutyo, abantu bwe batuuka ku ddala ery'obulungi obutuukiridde, bajja kutuuka ku ssa ery'okukwata ku mutima gw'omulaba waabwe ne bwanaaba talimbye ekyo "ekirimbo ekitono."

Ekitundu Eky'okubiri, Okwongeramu oba Okugyamu Ebigambo mu Bubaka Omuntu Bwatuusa ku Bantu Abalala Nakyo Kika Kirala Eky'okuwaayiriza Bantu Bannaffe.

Embeera eyogerwako y'eyo ng'omuntu byayogera ku munne si bwe byabadde—wabula ayinza okuba agaseemu endowooza ze oba kyawulira muli, oba nga waliwo byagyeemu. Omuntu bwabaako kyabagambye, abantu abamu bawuliriza balina bye bagala okuwulira, kale engeri gye bategeeramu obubaka obubaweereddwa yeesigama nnyo ku ngeri gye balowooza ku nsonga eyogerwako n'ebyo ebyali bibaddewo. Yensonga lwaki bwe wabaawo ebyogeddwa n'ebigenda nga biyita mu bantu obubaka bw'eyabyogedde busobola okukyusibwa amangu ddala.

Kale ebigambo bye nnyini—ne bwe bibeera byogeddwa nga bwe byawandiikiddwa—era ne bisomebwa eri abantu bwe bityo, waliwo ebigambo omusomi byayinza okussaako essira n'okukyusa mu ddoboozi ng'alisoma, ekiyinza okuviirako amakulu okukyuka. Eky'okulabirako, waliwo enjawulo nnene wakati w'omuntu ng'ayogera mu kwagala eri mukwano gwe n'amubuuza nti, "Lwaki?" n'omuntu ng'aboggolera omulabe we ng'akyusiza ne mu feesi ng'amubuuza nti, "Lwaki?!"

Eyo yensonga lwaki buli lwe tubaako gwe tuwuliriza, tulina okutegeera kiki kyayogerako nga tetutaddemu ndowooza zaffe mu bubaka bwabwe. Etteeka lye limu eryo lyeritufuga bwe tubeera twogera n'abantu abalala. Tulina okufuba nga bwe tusobola okulaba nti obubaka bw'omuntu tubutuusa ku bantu abalala nga bwe yabwogedde —amakulu ge yagenderedde n'ebiringa ebyo.

Era bwe kiba ng'ebyo ebiri mu bubaka tebiriimu mazima oba

tebiyamba kiri awo eri awuliriza, ne bwe tuba nga tubyogedde mu butuufu bwabyo, kisingako bwe tutabagamba bubaka bwa kika ekyo. Kino kiri bwe kityo lwakuba ne bwe tubibabuulira n'ekigendererwa ekirungi, abafuna obubaka obwo bayinza okuyisibwa obubi oba okulumwa; era kino bwe kituukawo, tuyinza okumaliriza nga tutabudde abantu.

Matayo 12:36-37 wasoma nti, *"Era mbagamba nti buli kigambo ekitaliimu abantu kye boogera, balikiwoleza ku lunaku olw'omusango. Kubanga ebigambo byo bye birikuweesa obutuukirivu, n'ebigambo byo bye birikusinza omusango."* N'olwekyo tulina okwewala okwogera ebigambo ebitaliimu mazima oba okwagala mu Mukama. Era kino kituukira ne ku bwe tuba nga tuwuliriza ebigambo.

Ekitundu Eky'okusatu, Okusala Omusango N'okukolokota Abalala nga Totegeeredde ddala Mutima Gwabwe, Omutima Ogwo, Nagwo Kika Kyakuwaayiriza Muntu Munno.

Ebiseera ebisinga, abantu bakolokota omutima gw'omuntu oba ebigendererwa bye nga batunuulidde butunuulizi bwatunula oba ebikolwa bye, nga bakozesa ebirowoozo byabwe ne kyebawulira muli. Bayinza okugamba nti, "Omuntu oyo alabika abadde alowooza kino okwogera ebintu ebyo," oba bayinza okugamba, "Era alabika kino kye kyabadde ekigendererwa kye mu kukola ekintu kino."

Katugambe waliwo omukozi eyali yakajja n'ateeyisa bulungi eri mukama we kubanga yali atidde olw'ekifo ekiggya kye yali ayingiddemu. Mukama we ayinza okulowooza, "Nti omuvubuka ono omupya alabika tanjagadde bulungi. Ndowooza lwakuba n'amugamba byataakola bulungi luli." Mukama w'omvubuka ono abeera abitegedde bubi kubanga abeera akyesigamizza ku ndowooza ze. Eky'okulabirako ekirala, wayinza okubaawo omuntu atalaba bulungi oba abeera ali mu birowoozo ebingi n'ayita ku mukwano gwe nga tamulabye. Mukwano gwe ayinza okulowooza nti, "Yeyisa ng'atamanyi! Oba alina kye yanyiigidde!"

Era bwe wabaawo omuntu omulala ali mu mbeera eno, ayinza n'okukola ekisinga kwekyo. Buli muntu alina ebirowoozo bya njawulo ne bwawulira, era buli omu alina engeri ey'enjawulo gyakwatamu embeera eriwo. Katugambe, singa buli muntu aweebwa obuzibu bwe bumu, buli muntu ajja kubeera n'amaanyi ga njawulo okusobola okubuvunuka. Eno yensonga lwaki bwe tulaba omuntu mu bulumi, tetulina kumusalira musango nga twegeraageranya naye, kubanga ffe tuyinza okuba nga tusobola okuguma okusinga ku ye ne tulyoka tugamba nti, "Yeekoza ki, naye ayitirizza?" Si kyangu okutegeerera ddala obulungi omutima gw'omuntu omulala—wadde omwagala nnyo era nga mwagalana nnyo.

Era, waliwo engeri endala nnyingi nnyo abantu ze basaliramu abalala emisango oba ne babategeera bubi, era ekivaamu ne babanyiigira...byonna lwakuba baasalira abalala emisango nga bakozesa okutegeera kwabwe. Bwe twesigama ku birowoozo byaffe era ne tusalira abalala emisango, nga tubalowooleza nti balina ebigendererwa ebyabwe mu mutima gyabwe wadde nga si bwe kiri, era ne tutandika n'okubogerako obubi, tubeera tuwaayiriza bantu bannaffe. Era bwe twenyigira mu bikolwa eby'ekika kino nga tuwuliriza agatali mazima ne twenyigira mu kukolokota abalala, nate tubeera tukola ekibi ky'okuwaayiriza bantu banaffe.

Abantu abamu balowooza nti bwe beeyisa obubi mu mbeera ezimu n'abalala bwe banaatuuka mu mbeera ezo bajja kweyisa mu ngeri y'emu. Olw'okuba balina omutima omwenzi, balowooza n'abalala balina emitima egyo emyenzi. Bwe babaako ekintu kye balabye ne balowooza obubi, balowooza bwe bati, "Nkakasa omuntu oyo naye k'alabye ebintu ebyo alowooza bubi bwereere." Era olw'okuba banyooma abantu abalala, bamanyi okulowooza nti, "omuntu oyo ateekwa okuba anyooma. Wabula yeemanyi."
Yensonga lwaki kyogera mu Yakobo 4:11 nti, *"Temwogeraganangako bubi, ab'oluganda. Ayogera obubi ku w'oluganda, oba asalira omusango ow'oluganda, ayogera bubi ku mateeka, era asalira musango mateeka. naye bw'osalira omusango amateeka, nga toli mukozi wa mateeka, wabula omusazi w'omusango."* Omuntu bwasalira omulala omusango era n'awaayiriza ow'oluganda, kino kitegeeza nti alina amalala, nti era ayagala kwefuula Katonda omusazi w'emisango.

Era kikulu nnyo ffe okumanya nti bwe twogera ku bunafu bw'abalala era ne tubasalira omusango, tuba tukola ekibi ekisinga obubi. Matayo 7:1-5 wasoma nti, *"Temusalanga musango, muleme okusalirwa. Kubanga omusango gwe musala gulibasalirwa nammwe, era ekigera kye mugereramu, ekyo kye muligererwa nammwe. Ekikutunuuliza ki akantu akali ku liiso lya muganda wo, naye n'otafaayo ku njaliiro eri ku liiso lyo ggwe? Oba olimugamba otya muganda wo nti, 'Leka nkuggyeko akantu ku liiso lyo, naye laba enjaliiro ekyali ku liiso lyo Ggwe? Munnanfuusi ggwe, sooka oggyeko enjaliiro eri ku liiso lyo ggwe, olyoke olabe bulungi okuggyako akantu ku liiso lya Muganda wo."*

Ekintu ekirala kye tulina okwegendereza ennyo, kwe kukolokota ebigambo bya Katonda nga tukozesa endowooza zaffe. Ekiringa ekitasoboka mu maaso g'abantu, kisoboka eri Katonda, kale bwe kituuka ku bigambo bya Katonda, tetugambanga nti, "Ekyo kikyamu."

Okuwaayiriza Olw'okusavuwaza oba Okulekayo Amazima agamu

Abantu ne bwe babeera tabalina bigendererwa bibi byonna, kyokka bamanyi okusavuwaza oba okulekayo amazima buli lunaku. Eky'okulabirako, omuntu bw'aba yalidde emmere nnyingi, tuyinza okugamba, "Yamazeewo emmere yonna." Era bwe wabaawo emmere ntono esigaddewo, tuyinza okugamba, "Tewasigadde wadde akakunkumuka!" Waliwo n'olumu omuntu bwalaba abantu basatu oba bana nga bakkiriziganyizza, n'agamba nti, "Buli muntu yenna yakkirizza."

Na bwe kityo, abantu kye batalaba nga bulimba, ddala bubeera bulimba. Waliwo n'embeera gye tuyinza okwogerako ng'abagimanyi ennyo, kyokka nga tetugimanyi bulungi, era ekivaamu, ne tutandika n'okulimba.

Eky'okulabirako, Katugambe, omuntu atubuuzizza abantu bameka abakolera mu kampuni emu, ne tuddamu nti, Benkana bwe bati," kyokka oluvanyuma ne tubala era ne tukizuula nti omuwendo gwenkana bwe guti. Wadde tetwalimbye mu bugenderevu, Kye twayogedde bwabadde bulimba, kubanga kyawukana ku mazima. Kale mu mbeera ng'eno, engeri esinga omuntu gye yandizeemu yandibadde nti, "Kale omuwendo gwe nnyini sigumanyi, naye balabika balinga bwe bati."

Era mu mbeera nga zino tubeera tetugenderedde kulimba n'ebigendererwa ebikyamu, oba okusalira abalala omusango n'omutima omubi. Kyokka, bwe tulaba n'akantu akasemerayo ddala ak'ebirowoozo eby'ekika kino n'ebikolwa, kale kibeera kirungi okutegeera ekizibu we kiva. Omuntu alina omutima ogujjudde amazima tajja kulekayo kintu kyonna ku mazima, wadde okwongerezaako ekitalina kubaako, ensonga ne bw'eba ntono etya.

Omuntu ow'amazima asobola okukkiriza amazima nga

bwe gali, era n'agabulira abalala nga bwalina okugababuulira. Kale ekintu ne bwe kiba kitono nnyo era nga si kikulu, bwe tweraba nga tukyogerako mu ngeri erekayo amazima ne bwe kiba kitono kitya, olwo nno tulina okumanya nti omutima gwaffe tegunajjulira ddala mazima. Era omutima gwaffe bwe gubeera tegunnajjula mazima, kino kitegeeza nti bwe tuteekebwa mu mbeera enzibu, tuba tusobolera ddala okukosa omuntu omulala nga tumuwaayiriza.

Nga bwe kyawandiikibwa mu 1 Peetero 4:11, *"Omuntu yenna bw'ayogeranga. ayogerenga ng'ebiragiro bya Katonda bwe biri,"* Tetulina kugezaako kulimba oba okusaagira mu bigambo ebitaliimu mazima. Ne bwe twogera ki, bulijjo tulina okwogera amazima, nga gyoli twogera kigambo kya Katonda. Era kino tuyinza okukikola bwe tunyiikira okusaba era ne tufuna okulung'amizibwa Omwoyo Omutukuvu.

Essuula 11
Etteeka Ery'ekkumi

"Teweegombanga Nnyumba ya Muntu Munno"

Okuva 20:17

"Teweegombanga Nnyumba ya muntu munno, teweegombanga mukazi wa muntu munno, newakubadde omuddu we, newakubadde omuzaana we, newakubadde ente ye, newakubadde endogoyi ye, newakubadde buli kintu ekya munno."

Wali owulidde ku lugero lw'embaata ey'okumazzi eyabiika amaggi aga zaabu, lwe lumu ku ngero ez'anyumizibwanga omusajja eyayatiikirira mu kugera engero eyayitibwanga Aesop? Awo olwatuuka, waliwo omusajja yali mulimi eyalina embaata etaali nga mbaata ndala. Bwe yali akyalowooza eky'okukolera embaata eyo, ne wabaawo ekintu ekyatuukawo.

Embaata n'etandika okubikanga eggi erya zaabu buli ku makya. Era lumu, omulimi n'alowooza muli nti, "Mu mbaata eno muteekwa okuba nga mulimu amaggi mangi nnyo." Era ekyavaamu, omulimi n'atandika okufuuka omuluvu n'ayagala okufuna zaabu mungi omulundi gumu mu bwangu asobole okufuuka omugagga, mu kifo ky'okulinda okufuna eggi erimu buli lunaku.

Era obuluvu bwe bwamuyitiriranako, omulimi ono n'abaaga embaata, kyokka n'atasangamu wadde akaweke ka zaabu akamu bwe kati. Mu kiseera ekyo kwe kukimanya nti kyakoze kibadde kikyamu era ne yejjusa, kyokka nga tewakyali kya kuzza.

Mu ngeri y'emu, obuluvu bw'omuntu tebuliiko kkomo. Emigga ne bwe gibeera emeka, nga gye giyiwa mu guyanja ogunene, oguyanja tegusobola kujjula. N'omuntu omuluvu, naye bwatyo bw'aba. Omuntu ne bw'aba na bingi eby'enkana bitya, tasobola kumatira. Tukiraba bulijjo. Omululu gw'omuntu bwe gussuka, tasobola kumatira ne kyalina, era abeera yeegomba ebya banne era n'agezaako okubyezza, ne bwe kibeera kyetaagisa okukozesa engeri ezitali nnungi. Bwatyo n'amaliriza ng'akoze ekibi ekinene.

"Teweegombanga Nnyumba ya Muntu munno"

"Okwegomba" ekintu kitegeeza omuntu okwagala ekintu ekitali kikye ng'akozesa amakubo agatali matuufu; oba okubeera n'omutima ogwegomba ebintu byonna eby'ensi.

Emisango egisinga gitandika n'omutima ogwegomba. Okwegomba kuyinza okuleetera abantu, okubba, okunyaga, okulyaka, okusomola, okutta, n'okukola buli kika kya kibi kyonna. Waliwo n'embeera ng'abantu tebeegomba bintu bikwatikako kyokka, wabula begomba n'ekitiibwa saako etutumu.

Olw'emitima gino egy'egomba, olumu enkolagana wakati w'ab'oluganda ab'enda emu, omuzadde n'omwana, oba omwami n'omukyala etabuka. Ab'omu maka agamu olumu bafuuka balabe, mu kifo ky'okubeerawo nga basanyufu mu mazima, abantu bafuna obuggya ku balala abo abalina ebingi okubasinga.

Eno yensonga lwaki mu tteeka ery'ekkumi Katonda atugaana okwegomba kubanga kuzaala obubi. Era, Katonda ayagala amaaso gaffe tugateeke ku bintu ebya waggulu (Abakolosaayi 3:2). Okujjako nga tunoonyeza obulamu obutagwaawo era ne tujjuza emitima gyaffe n'essuubi ery'eggulu lwe tusobola okumatira n'essanyu. Olwo lwokka, lwe tusobola okweggyako okwegomba. Lukka 12:15 wagamba, *"Mutunule, mwekuumenga okwegomba kwonna, kubanga obulamu bwonna si by'ebintu ebingi by'aba nabyo."* Nga Yesu bwe yagamba, okujjako nga twegyeeko okwegomba kwonna lwe tusobola okwewala okwonoona olwo ne tulyoka tuba n'obulamu obutaggwaawo.

Engeri Okwegomba Gye Kukyuka ne Kufuluma mu Ngeri Ey'ekibi

Olwo okwegomba kukyuka kutya ne kufuuka ekikola ekirimu okwonoona? Katugambe wakyalidde amaka amagagga ennyo. Ng'ennyumba yazimbibwa n'amayinja ag'omuwendo era ng'erabika bulungi nnyo. Era ng'ennyumba ejjudde ebintu eby'ebbeeyi. Ekyo kyokka kisobola okwogeza omuntu nti, "Eno ennyumba mpitirivu. Bannange nnungi!"

Naye abantu bangi tebakoma kwogera bigambo ng'ebyo byokka. Beeyongerayo ne balowooza nti, "Kale singa nina ennyumba ng'eno. Kale singa nina sente nga ez'omuntu ono…" Kituufu abakkiriza abakuze tebajja kukkiriza ndowooza za kika kino kukuula okutuuka okulowooza ku bubbi. Naye okuyita mu ndowooza ez'ekika kino, "Kale singa nange ekyo nkirina," omulugube guyinza okuyingira mu mitima gyabwe.

Era obuluvu bwe buyingira mu mutima, bwe wayitawo akaseera omuntu oyo ajja kwonoona. Mu Yakobo 1:15 w'ogera nti, *"Okwegomba okwo ne kulyoka kubeera olubuto ne kuzaala okwonoona, n'okwonoona okwo, bwe kumala kukula, ne kuzaala okufa."* Waliwo abakkiriza abawangulwa omulugube guno, ere ne bamaliriza nga b'onoonye.

Mu Yoswa essuula 7, tusoma ku Akani, eyawangulwa ekika ky'omulugube guno era n'akomekkereza ng'afudde. Yoswa, ng'omukulembeze eyali azze mu kifo kya Musa, yali ali mu nteekateeka ez'okuwamba ensi y'e Kanani. Abaisiraeri baali baakawamba Yeriko. Yoswa yali alabudde abantu nti buli kyonna ekinaasangibwa mu Yeriko kyakuweebwayo eri Katonda, waleme okubaawo abba ekintu n'ekimu.

Wabula wadde gwali gutyo, bwe yalaba engoye ez'ebbeeyi wamu ne ffeeza ne zaabu, Akani ne yeegomba era n'abikweka asobole okubyezza. Olw'okuba Yoswa kino yali takimanyiiko, ne yeeyongerayo okwagala okuwamba ekibuga ekiddako, nga kye kyali ekibuga Ayi. Olw'okuba Ayi kyali kibuga kitono, Abaisiraeri ne balowooza nti lwali olutalo olwangu okuwangula. Naye kyababuukako, bwe baabakuba. Awo Katonda n'alyoka ategeeza Yoswa nti kino kyali kireeteddwa ekibi kya Akani. Era ekyavaamu, Si Akani yekka ye yafiirwa obulamu bwe, wabula amaka gonna ne gattibwa—wamu n'ensolo ze—byonna ne birugenda.

Mu 2 Bassekabaka, essuula ey'okutaano, tusoma ku Gekazi, omuweereza wa Erisa, naye yafuna ebigenge kubange yeegomba ebintu bye yali talina kwegomba. Erisa yamutuma agambe Munnamagye Naamani okunaaba mu Mugga Yoludaani emirundi musanvu alyoke awonyezebwe ebigenge. Bwe yawonyezebwa, yali ayagala okwebaza Erisa n'ebirabo bye yali amwetikidde. Naye Erisa yagaana okutwala ekintu n'ekimu.

Kati munnamaggye Naamani bwe yali addayo ewaabwe, Gekazi n'amugoberera, nga yeefudde nga Erisa gwe yali atumye, n'asaba aweebwe ku birabo. Bwe yafuna ebintu kwe kubikweka. Kyokka ate amala okukola ekyo, adda ewa Erisa agezaako okumulimba, wadde nga Erisa yali amanyi bulungi nnyo ekyali kigenda mu maaso. Bwatyo Gekazi kwe kufuna ebigenge Naamani bye yalina.

Ekyo kye kyali ne ku Ananiya ne mukyala we Safira mu Bikolwa, essuula ey'okutaano. Baatunda ekitundu ku ttaka lyabwe ne basuubiza nti zonna ze baali balitunzeemu baali baakuzireeta baziweeyo eri Katonda. Naye bwe baafuna ensimbi mu ngalo, emitima gyabwe ne gikyuka, era ne bakwekako ku nsimbi ezimu olwo endala ne balyoka bazireetera abatume. Olw'okwegomba ensimbi, baagezaako okulimba abatume. Naye okulimba abatume obeera nga alimbye Omwoyo Omutukuvu, amangu ago, awo wennyini, emyoyo gyabwe ne gibavaamu, era bombi ne bagwa eri ne bafa.

Emitima Egyegomba Giviirako Okufa

Okwegomba kibi kinene nnyo ekiviirako okufa. N'olwekyo kikulu nnyo ffe okusuula eri okwegomba ne tukuggya mu mitima gyaffe, wamu n'okwewala okukemebwa saako omulugube ebituleetera okwagala ebintu eby'ensi. Kigasa ki ggwe okufuna buli kyonna kyoyagala mu nsi yonna wabula n'ofiirwa obulamu?

So nga, ne bw'oba tolina bya bugagga byonna mu nsi, bwokkiririza mu Mukama era n'obeera n'obulamu obutuufu, ddala obeera mugagga owa ddala. Nga bwe tuyiga okuva mu lugero lwa Lazaalo omwavu, n'omusajja omugagga, Lukka, essuula 16, omukisa omutuufu kwe kufuna obulokozi oluvannyuma lw'okweggyako omutima ogwegomba.

Omusajja omugagga eyali takkiririza mu Katonda era nga talina ssuubi lya ggulu yabeeranga mu bulamu obwokwejalabya—ng'ayambala engoye ez'ebbeeyi, n'okukusa okwegomba kwe okw'ensi, n'okulya embaga. Ku ludda olulala, omwavu Lazaalo yabeeranga ku wankaaki y'omugagga ng'asabiriza. Obulamu bwe nga bwa wansi; era nga n'embwa zijja ne zikomba ku mabwa ge agaali ku mubiri gwe. Kyokka nga mu mutima gwe munda, yatenderezanga Katonda era yalinanga essuubi mu ggulu.

Gye byaggwera, omusajja omugagga ne Lazaalo omwavu bombi baafa. Omwavu Lazaalo n'atwalibwa bamalayika ku ludda lwa Ibulayimu, naye omusajja omugagga yagenda e Magombe, gye yali abonaabonera. Kubanga yalina ennyonta mpitirivu olw'omuliro omuyitirivu gwe yalimu, omusajja omugagga yali asaba waakiri ettondo ly'amazzi okumuweweezaako, kyokka n'ekyo teyakifuna.

Katugambe omusajja omugagga yali aweereddwa omukisa okuddamu okubeera ku nsi kuno? Ateekwa okuba yandisazeewo kukolerera obulamu obutaggwaawo obw'eggulu, ne bwe yandibadde omwavu. Era omuntu ali mu bulamu obw'okwetaaga ennyo nga Lazaalo, singa ayiga okutya Katonda n'atambulira mu musana Gwe, era asobola n'okufuna emikisa egy'ebintu ebikwatikako ng'ali ne ku nsi kuno.

Mukyala we Sara bwe yafa, Ibulayimu, taata w'okukkiriza, yayagala okugula empuku ya Makupeera okuziikamu mukyala we. Nnyini mpuku n'amugamba nti agitwalire bwereere, naye Ibulayimu n'agaana okugitwalira obwereere, era n'agisasulira mu bujjuvu. Kino yakikola lwakuba yali talina kwegomba kwonna mu mutima gwe. Nga bwe kibeera nga si kikye, nga talowoozangako kukifuula kikye (Olubereberye 23:9-19).

Era, Ibulayimu yayagala nnyo Katonda era n'agondera ekigambo Kye; ng'atambulira mu bulamu obw'amazima obutaliimu bukuusa. Eno yensonga lwaki bwe yali akyali ku nsi, Ibulayimu teyafuna mikisa gya bikwatibwako byokka, wabula n'omukisa gw'obuwangaazi, etutumu, amaanyi, okufuna ezzadde, n'ebisingawo. Era n'afuna n'emikisa egy'omwoyo okuba nti yayitibwa 'mukwano gwa Katonda'.

Emikisa Egy'omwoyo Gisukuluma Ku Mikisa Egikwatikako Gyonna

Olumu abantu bamanyi okubuuza olw'okwagala okumanya, "Omuntu oyo alabikanga omukkiriza omulungi. Naye oba lwaki tafuna mikisa?" Omuntu oyo bwabeera omugoberezi wa Kristo omutuufu nga bulijjo atambulira mu kukkiriza okutuufu, tusobola okulaba nga Katonda amuwa emikisa ekigisinga obulungi.

Nga bwe kyawandiikibwa mu 3 Yokaana 1:2, *"Omwagala, Nsaba obeerenga bulungi mu bigambo byonna era obeerenga n'obulamu, ng'omwoyo gwo bwe gubeera obulungi,"* Katonda atuwa omukisa omwoyo gwaffe ne gubeera bulungi, okusinga ekintu ekirala kyonna. Bwe tutambula ng'abaana ba Katonda abatukuvu, nga twegyako buli bubi bwonna mu bulamu bwaffe era nga tugondera amateeka Ge, Katonda ddala ajja kutuwa omukisa buli kimu kitubeerere bulungi omuli obutalwala.

Naye omuntu bwaba ng'omwoyo gwe—teguli bulungi—abeera alabikanga afuna ebintu ebikwatikako ebingi, kyokka tetuyinza kugamba nti emikisa egyo giva wa Katonda. Mu mbeera ng'eyo, obugagga bwe ate bumuleetera okubeera omuluvu. Era obuluvu obwo ne bulyoka bukula ne buzaala ekibi era ekivaamu, ayinza okugwa okuva ku Katonda.

Era embeera bwe zibeera enzibu, abantu bayinza okwesigama ku Katonda n'omutima omuyonjo era ne bannyiikira okumuweereza mu kwagala. Naye lwakuba ebiseera ebisinga, oluvannyuma lw'okufuna emikisa egikwatikako mu bizinensi zaabwe oba ku mirimu, emitima gyabwe gitandika okweyongera okwegomba ebintu eby'ensi era ne batandika okwewolereza nti balina emrimu mingi, era ne bamaliriza nga beesudde wala ku

Katonda. Kyokka amagoba gaabwe oba ensimbi ze bayingiza bwe zikendeera, awo nga batandika okuwa ekimu kyabwe eky'ekkumi n'omutima gwabwe gwonna wamu n'okwebaza, kyokka ensimbi ze bayingiza bwe zeyongera era nga kitegeeza nti n'ekimu eky'ekkumi kyabwe kirina okweyongera olwo ate nga batandika okukankana. Emitima gyaffe bwe gikyukakyuka bwe giti, era ne twesamba ebigambo bya Katonda, bwe tutyo ne tufuuka ng'abantu b'ensi, olwo nno emikisa gye tufuna giyinza okumaliriza nga gitufuukidde ekizibu.

Wabula wadde guli gutyo, abo ng'omwoyo gwabwe guli bulungi tebajja kwegomba bintu bya nsi, era ne bwe bafuna emikisa egy'ekitiibwa n'obugagga okuva eri Katonda, tebajja kwongera kuyaayaanira birala. Era tebajja kwemulugunya olw'okuba tebalina ebintu ebirungi eby'ensi; kubanga bajja kubeera beetegefu okuwaayo buli kyonna kye balina—n'obulamu bwabwe bwe nnyini—ku lwa Katonda.

Abantu ng'omwoyo gwabwe guli bulungi, bajja kukuuma okukkiriza kwabwe era baweereze Katonda embeera gye bayitamu ne bw'ebeera etya, nga bakozesa emikisa gye bafuna okuva eri Katonda ku lw'obwakabaka Bwe bwokka n'ekitiibwa. Era olw'okuba abantu abalina omwoyo oguli obulungi tebaliimu kakugoberera kwegogamba kwa nsi kwonna, oba okudda eno n'eri nga banoonya amasanyu, oba okutambula nga badda eri okufa, Katonda ajja kwongera n'okubawa omukisa mu bungi.

Eno yensonga lwaki omukisa ogw'omwoyo gwe gusingira

ddala obukulu okusinga omukisa ogw'ebintu ebikwatikako eby'ensi eno ebiggwaawo ng'olufu. Na bwe kityo, okusinga ebintu ebirala byonna, tulina okusooka okufuna emikisa egy'omwoyo.

Tetulina Kunoonya Mikisa gya Katonda Okusobola Okutuukiriza Okuyaayaana Kw'ensi

Wadde nga tetunafuna mikisa gya mwoyo gwaffe okubeera obulungi, bwe tugenda mu maaso n'okutambulira mu kkubo ery'obutuukirivu era ne tunoonya Katonda n'okukkiriza, Ajja kutujjuza ekiseera bwe kinaatuuka. Abantu basabira ebintu bibeewo essaawa eyo; kyokka, buli kimu ekiri wansi w'eggulu kiriko ekiseera kyakyo, era Katonda yamanyi ekiseera ekisinga obulungi. Waliwo ekiseera Katonda lwaganya tulinde. Abeera asobola okutuwa n'emikisa egisingawo.

Bwe tusaba Katonda ekintu okuva mu kukkiriza okutuufu, olwo nno tujja kufuna amaanyi okusaba obutalekaayo okutuuka nga tufunye eky'okuddamu. Naye bwe tuba nga tusaba Katonda ekintu n'okuyaayaana okw'omubiri, ne bwe tusaba kyenkana ki, tetujja kufuna kukkiriza okusobola okukkiriza, na bwe kityo tetujja kufuna kuddibwa okuva Gyali.

Yakobo 4:2-3 wagamba nti, *"Mwegomba so temulina, mutta era mwegomba so temuyinza kufuna, mulwana era mutabaala, temulina kubanga temusaba. Musaba ne mutaweebwa kubanga musaba bubi, mulyoke mubikoze okwegomba kwammwe."*

Katonda tasobola kutuddamu bwe tusaba ekintu olw'okwagala okutuukiriza okwegomba kwaffe okw'ensi. Omuyizi omuto bw'asaba bazadde be sente, asobole okugula byatalina kugula, olwo nno abazadde tebalina kumuwa sente ezo.

Eyo yensonga lwaki tetulina kusaba oba okunoonya n'ebirowoozo byaffe, wabula, n'amaanyi ag'Omwoyo Omutukuvu, tulina okunoonya ebintu ebikwatagana n'okwagala kwa Katonda (Yuda 1:20). Omwoyo Omutukuvu amanyi omutima gwa Katonda, era asobola okutegeera ebintu bya Katonda eby'ebuziba; n'olwekyo, bwe weesigama ku kulung'amizibwa kw'Omwoyo Omutukuvu mu kusaba, osobola okufuna mangu okuddamu okuva eri Katonda eri buli ssaala yo.

Olwo Weesigama otya ku Kulung'amizibwa kw'Omwoyo Omutukuvu era n'osaba okusinziira ku Kwagala kwa Katonda?

Okusooka, tulina okwekwata ekigambo kya Katonda, era tuteeke ekigambo Kye mu nkola mu bulamu bwaffe obwa bulijjo, emitima gyaffe gisobole okubeera nga ogwa Kristo Yesu. Bwe tuba n'omutima nga ogwa Kristo, okusaba ng'okwagala Kwe bwe kuli kijja kujja kyokka, era ne tufuna okuddamu Kwe eri okusaba kwaffe mu bwangu. Kino kiri bwe kityo lwakuba Omwoyo Omutukuvu, amanyi omutima gwa Katonda, ajja kulung'amanya omutima gwaffe, tusabe ebintu ddala bye twetaaga.

Nga bwe kigamba mu Matayo 6:33, *"Musooke munoonye obwakabaka Bwe n'obutuukirivu Bwe, n'ebirala binaabongerwako,"* Sooka onoonye Katonda n'obwakabaka Bwe, olwo olyoke osabe bye weetaaga. Bw'osaba ng'onoonya okwagala kwa Katonda okusooka, ojja kwerabira ku Katonda ng'ayiwa ebyamagero Bye ku bulamu bwo ekikompe kyo kijjuzibwe buli kyonna kye weetaaga wano ku nsi, n'okusingawo.

Eno yensonga lwaki bulijjo tulina okuyimusa eri Katonda essaala ey'amazima n'omutima gwaffe gwonna. Bw'oweza essaala ez'amaanyi z'ozze otereka ng'olung'amizibwa Omwoyo Omutukuvu buli lunaku, okwegomba kwonna oba ekikula eky'obubi bijja kugibwa mu mutima gwo olubeerera, era ojja kufuna buli kyonna ky'osaba.

Omutume Pawulo yali mutuuze mu bwakabaka obwa Baruumi era ng'ayasomesebwa ba Gamaliri, abaali basinga etutumu mu biseera ebyo. Kyokka, Pawulo yali teyeenyumiriza mu bintu bye nsi eno. Ku lwa Kristo, buli kyonna kye yali atuuseeko yakirabanga kasasiro. Nga Pawulo, ebintu bye tulina okuyaayaanira n'okwagala by'ebyo Yesu Kristo bye yasomesa, oba ekigambo eky'amazima.

Bwe tufuna obugagga bw'ensi bwonna, ekitiibwa, amaanyi, n'ebirala, naye ne tutaba na bulamu obutaggwaawo, ebintu ebyo bibeera bitugasa ki? Naye nga omutume Pawulo, twerekereze eby'obugagga by'ensi byonna era tutambulire mu kwagala kwa Katonda, olwo Katonda lwajja okutuwa omukisa omwoyo gwaffe gusobole okubeera obulungi. olwo nno tunaayitibwa "ab'amaanyi" mu ggulu, era tubeere bulungi mu mbeera zonna ez'obulamu bwaffe ne wano ku nsi.

Nsaba mweggyeko okweyagaliza kwonna, omulugube n'okwegomba okuva mu mutima gwammwe ne mu bulamu bwammwe, ng'eno bwe munnyiikira okunoonya okumatizibwa n'ekyo kye mulina, nga bwe mweyongera okubeera n'essuubi mu ggulu. Olwo nno manyi nti bulijjo mujja kutambuliranga mu bulamu obujjudde okwebaza n'essanyu.

Essuula 12

Amateeka Ag'okubeera Awamu ne Katonda

Engero 8:17

"Njagala abo abanjagala, n'abo abanyiikira okunnoonya balindaba."

Mu Matayo essuula 22, tulaba Abafalisaayo nga babuuza Yesu etteeka erisinga obukulu mu Mateeka gonna.

Yesu n'amugamba nti, *"Yagalanga Mukama Katonda wo n'omutima gwo gwonna, n'obulamu bwo bwonna, n'amagezi go gonna, kino kye kiragiro ekikulu eky'olubereberye, n'eky'okubiri kye kino nti Yagalanga muliraanwa wo nga bwe weeyagala wekka. Mu biragiro bino byombi amateeka gonna mwe gasinziira era ne bannabbi"* (Matayo 22:37-40).

Kino kitegeeza nti bwe twagala Katonda n'omutima gwaffe gwonna, obulamu n'amagezi gaffe gonna ne twagala ne baliraanwa baffe nga bwe tweyagala, olwo nno tusobola okwanguyirwa okugondera amateeka amalala gonna.

Bwe tuba nga twagalira ddala Katonda, tuyinza tutya okukola ebibi Katonda byakyawa? Era bwe twagala baliraanwa baffe nga bwe tweyagala, tuyinza tutya okubakola obubi olw'obubi bwetusitudde?

Lwaki Katonda Yatuwa Amateeka Ge

Olwo, lwaki Katonda yamala obudde bwe ng'atuteerawo Amateeka gonna ekkumi, lwaki teyatugamba bugambi nti, "Yagala Katonda wo era yagala ne muliraanwa wo"?

Kino kiri bwe kityo lwakuba mu biseera eby'Endagaano Enkadde, nga ekiseera ky'Omwoyo Omutukuvu tekinatuuka, kyali kizibu abantu okwagalira ddala okuva ku ntobo y'emitima gyabwe nga beeyagalidde. Kale okuyita mu Mateeka Ekkumi, ago agaawa Abaisiraeri eky'okugoberera okusobola okumugondera, Katonda yabasobozesa okumwagala n'okumutya, wamu n'okwagala baliraanwa baabwe okuyita mu bikolwa.

Wetutuukidde wano, nga twekenneenyezza buli tteeka ku bwalyo, naye kati katutunuulire amateeka mu bibinja bibiri ebinene: okwagala Katonda, n'okwagala baliraanwa baffe.

Amateeka okuva ku 1 okutuuka ku 4 gasobola okufunzibwa nga, "Yagala Mukama Katonda wo n'omutima gwo gwonna, n'amagezi go gonna n'obulamu bwo bwonna." Okuweereza Katonda Omutonzi yekka, obuteekoleranga kifaananyi kyonna oba okukisinza, obutamala gakozesa linnya lya Katonda, n'okukuuma olunaku olwa Sabbiiti nga lutukvu zonna ngeri za kwagala Katonda.

Etteeka 5 okutuuka 10 gasobola okufunzibwa nga "Yagalanga muliraanwa wo, nga bwe weeyagala gwe." Okussa mu bazadde ekitiibwa, okukulabula obutatta, obutabba, obutawaayiriza, obuteegomba, n'ebirala., ngeri zakuziyiza abantu okukola banaabwe obubi, oba baliraanwa baabwe. Bwe tubeera nga twagala baliraanwa baffe nga bwe tweyagala, yetwandyagadde bayite mu bulumi, kale tulina okuba nga tusobola okugondera amateeka gano.

Tulina Okwagala Katonda Okuviira Ddala ku Ntobo Y'emitima gyaffe

Katonda tatukaka okugondera Amateeka Ge Ekkumi. Atulung'amya eri mu kugagondera olw'okumwagala.

Nga bwe kyawandiikibwa mu Baruumi 5:8, *"Naye Katonda atendereza okwagala Kwe ye gye tuli, kubanga bwe twali nga tukyalina ebibi Kristo n'atufiirira."* Katonda ye yasooka okutulaga okwagala Kwe okw'amaanyi.

Kizibu okusisinkana omuntu omwetegefu okufa mu kifo ky'omuntu omulungi oba omutuukirivu, oba wadde okufa mu kifo kya mukwano gwe ennyo, naye Katonda yasindika omwana we omu yekka okufa mu kifo ky'abonoonyi okubaggya mu kikolimo kye baalimu okusinziira ku mateeka. Bwatyo Katonda n'atulaga okwagala okusukuluma obwenkanya.

Era nga bwe kyawandiikibwa mu Abaruumi 5:5, *"Okusuubira tekukwasa nsonyi, kubanga okwagala kwa Katonda kufukiddwa ddala mu mitima gyaffe, ku bw'Omwoyo Omutukuvu gwe twaweebwa,"* Katonda yatuwa Omwoyo Omutukuvu ng'ekirabo eri abaana Be bonna abakkiriza Yesu Kristo, basobole okutegeera mu bujjuvu okwagala kwa Katonda.

Eno yensonga lwaki abo abalokolebwa olw'okukkiriza era ne babatizibwa amazzi n'Omwoyo Omutukuvu basobola okwagala Katonda si mu birowoozo byabwe byokka, wabula n'okuva ku ntobo y'emitima gyabwe, ng'abaganya okutambulira mu mateeka

Ge olw'okuba bamwagalira ddala.

Okwagala kwa Katonda Okw'olubereberye

Mu kusooka, Katonda yatonda abantu kubanga Yali ayagala okufuna abaana abatuufu basobola okwagala, era nga n'abo bamwagalira ddala, nga tewali abakase. Naye omuntu bwagondera amateeka ga Katonda gonna naye nga tayagala Katonda, tuyinza tutya okugamba nti mwana wa Katonda omutuufu?

Omukozi akolera empeera tasobola kusikira bizinensi ya mukama we, naye ate omwana wa nnyini bizinensi, era nga ye wanjawulo ddala kw'ono gwe bawa empeera okukola emirimu, asobola okusikira bizinensi eyo. Mu ngeri y'emu, abo abagondera amateeka ga Katonda gonna basobola okufuna emikisa egyasuubizibwa gyonna, naye bwe batategeera kwagala kwa Katonda tebasobola kufuuka abaana ba Katonda abatuufu.

N'olwekyo omuntu ategeera okwagala kwa Katonda era n'atambulira mu mateeka Ge alisikira eggulu era asobola okubeera mu kifo ekisingayo obulungi mu ggulu ng'omwana wa Katonda omutuufu. Era ng'ali ku luuyi lwa kitaffe, asobola okubeera mu kitiibwa ekyakayakana ng'enjuba, olubeerera.

Katonda ayagala abantu bonna okufuna obulokozi okuyita mu musaayi gwa Yesu Kristo abo abamwagala okuviira ddala ku ntobo y'omutima gwabwe basobole okubeera wamu naye mu Yerusaalemi Empya, ng'eyo namulondo Ye gyeri, era bagabane ku kwagala Kwe olubeerera. Eno yensonga lwaki Yesu yagamba mu Matayo nti 5:17, *"Temulowoozanga nti najja okudibya amateeka oba eby'abannabbi, sajja kudibya, wabula okutuukiriza."*

Obukakafu ku Ngeri Gye Twagalamu Katonda

Mu ngeri eno, okujjako nga tumaze okutegeera lwaki Katonda yatuwa Ebiragiro Bye lwe tusobola okutuukiriza Amateeka, olw'okwagala kwe tulina eri Katonda. Olw'okuba tulina ebiragiro, oba amateeka, tusobola okulaga ku ngulu 'okwagala,' nga yengeri etali nnyangu yakulaba n'amaaso gaffe.

Singa abantu abamu bagamba, "Katonda, nkwagala nnyo n'omutima gwange gwonna, nkwegayiridde mpa omukisa," Katonda oyo omwenkanya akakasa atya ebigambo byabwe, bwe wabeera tewali kipimo kwe bategeerera oba kye boogera kituufu, nga tebannaweebwa mukisa? Olw'okuba waliwo ekipimo, nga ge mateeka oba ebiragiro, tusobola okukiraba obulungi oba nga ddala twagala Katonda mu mazima n'omutima gwaffe gwonna. Bwe boogera n'emimwa gyabwe nti bagala Katonda, naye ne batakuuma lunaku lwa Ssabbiiti nga lutukuvu nga Katonda bwe yatulagira, olwo tusobola okukiraba nti ddala tebagala Katonda.

Kale amateeka ga Katonda kipimo okupimirwa, okulaba obukakafu ne kyenkana ki ky'oyagalamu Katonda.

Yensonga lwaki kigamba mu 1 Yokaana 5:3, *"Kubanga kuno kwe kwagala kwa Katonda ffe okukwatanga ebiragiro Bye, era ebiragiro Bye tebizitowa."*

Njagala Abo Abanjagala

Emikisa gye tufuna okuva eri Katonda egiva mu kugondera amateeka Ge gye mikisa egitaggwaawo oba okuggwerera.

Eky'okulabirako, kiki ekyatuuka ku Danyeri, eyasanyusa Katonda kubanga yalina okukkiriza okutuufu era nga teyekkiriranya na nsi?

Danyeri mu kusooka yali ava mu kika kya Yuda, era ng'ava mu lunyiriri lwa bakabaka. Naye Aba Yuda mu maserengeta bwe bayonoona mu maaso ga Katonda, Kabaka Nebukadduneeza ow'e Babirooni n'alumba eggwanga lino mu 605 nga Kristo tannajja. Mu kiseera kino, Danyeri, yali akyali muvubuka ddala, n'atwalibwa mu buwambe.

Nga enkola ya Kabaka ey'okuyingiza abantu mu bwakabaka bwe yali, Danyeri n'abavubuka abalala bwe baali bawambiddwa, baalondebwa okubeera mu lubiri lwa Nebukadduneeza era ne bayigirizibwa amagezi g'Abakaludaaya n'olulimi lwabwe okumala emyaka esatu.

Mu kiseera kino, Danyeri n'asaba omukulu w'abalaawe, aleme okumuwanga emmere Kabaka kwe yalyangako n'omwenge kwe yanywanga aleme okweyonoonesa ye ne mmere Katonda gye yabagaana okulya. Ng'omuwambe, yali talina ddembe lyonna limugaanyisa mmere eyali eragiddwa kabaka okubawebwanga, naye Danyeri yayagala okukola kyonna ekisoboka okukuuma okukkiriza kwe nga kulongoofu mu maaso ga Katonda.

Era olw'okulaba omutima gwa Danyeri omulongoofu, Katonda n'akwata ku mutima gw'omulaawe omukulu n'amukkiriza aleme okulya emmere n'omwenge ebyavanga ewa kabaka.

Era bwe waayitawo ekiseera, Danyeri, eyagondera mu bujjuvu ebiragiro bya Katonda, yalinnya n'atuuka ku kifo ky'obwakatikkiro mu ggwanga ery'abamawanga, Babirooni. Olw'okuba Danyeri yalina okukkiriza okutakyukakyuka okwamuyamba obutekkiriranya na nsi, Katonda yamusanyukira. Era wadde bakabaka ab'enjawulo baagenda baddawo, Danyeri yebeeranga mulungi ku mirembe gyabwe bonna, era n'agenda mu maaso okufuna okwagala kwa Katonda.

Abo Abanoonya Balindaba

Tusobola okulaba ekika ky'omukisa guno n'olwaleero.

Eri omuntu yenna alina okukkiriza nga okwa Danyeri nga teyekkiriranya na nsi kyokka n'agondera ebiragiro bya Katonda n'essanyu, tusobola okukiraba nti Katonda abawa emikisa egikulukuta.

Emyaka nga kkumi egiyise, omu ku bakadde baffe yakolanga mu kampuni y'ebyensimbi esinga amaanyi mu ggwanga. Okusobola okusikiriza bakasitooma baabwe, kampuni eno yayitanga bakasitooma baayo ku bubaga obw'okunywamu n'okulya, era nga kya teeka, balina okuzannyamu n'abo ggoofu ku wikendi. Mu kiseera ekyo, omukadde waffe oyo yali dinkoni, bwe yafuna ekifo kino era n'ategeerera ddala okwagala kwa Katonda, wadde kampuni mwe yakolanga yalina ebintu eby'ensi bye yakolanga, teyanywanga ne bakasitooma, era teyayosanga kujja eri Katonda ku lunaku olwa Sande.

Olunaku lumu, akulira kampuni n'amugamba, "Londawo ku kampuni eno n'ekanisa." Yali muvumu nnyo mu kikula kye, era ne kw'olwo teyalowoolereza nnyo, yagambirawo nti "Kampuni eno nkulu gyendi, naye bw'ong'amba nsalewo kimu ku kampuni n'ekanisa yange, njakulondawo ekanisa yange."

Mu ngeri ey'ekyamagero, Katonda n'akwata ku mutima gwa mukama we oyo ow'okuntikko, n'ateeka mu mukadde obwesige bungi, era n'amaliriza ng'amukuzizza. Kyokka tekyakoma awo. Oluvannyuma lw'ekyo, yagenda akuzibwa okutuuka okuba omukulu ow'okuntikko owa kampuni!

Kale bwe twagala Katonda era ne tugezaako okutambulira mu mateeka Ge, Katonda atuyimusa ne tukola bulungi nnyo mu buli kyonna kye tukola, era n'atuwa omukisa mu mbeera zonna ez'obulamu bwaffe.

Ng'ogyeeko amateeka agakolebwa abantu, ebigambo bya Katonda bye yasuubiza tebikyukakyuka ne bwe wayitawo ebbanga eddene. Ne bwe tubeera tuli mu mulembe ki, era si nsonga ffe baani, bwe tugondera ekigambo kya Katonda era ne tukitambuliramu, tusobola okufuna emikisa gya Katonda gye yasuubiza.

Amateeka Ag'okubeera Wamu ne Katonda

N'olwekyo Amateeka Ekkumi, oba Amateeka Katonda ge yawa Musa, gatusomesa ekipimo ekisobola okutufunyisa okwagala kwa Katonda n'emikisa.

Era nga bwe kyawandiikibwa mu Engero 8:17, *"Njagala abo abanjagala; n'abo abanyiikira okunoonya balindaba,"* Gye tukoma okugondera amateeka Ge, gye tukoma okufuna okwagala Kwe n'emikisa.

Yesu yagamba mu Yokaana 14:21, *"Alina ebiragiro Byange, n'abikwata, oyo nga ye anjagala, anjagala anaayagalibwanga Kitange, nange nnaamwagalanga, nnaamulabikiranga."*

Okutuukiriza amateeka ga Katonda kiwulikika ng'ekizito

oba ng'ekikukakiddwa? Naye bwe tubeera nga twagalira ddala Katonda okuva ku ntobo y'omutima gwaffe, tusobola okugagondera. Era bwe tubeera tweyita baana ba Katonda, Tulina okugagondera.

Eno yengeri y'okufunamu okwagala kwa Katonda, engeri ey'okubeeramu ne Katonda, okusisinkanamu Katonda, n'okufuna okuddamu Kwe eri essaala zaffe. Ng'ekisingira ddala obukulu, Amateeka Ge gatukuuma obutagwa mu kibi n'okutuyamba okutambula nga tudda eri ekkubo ery'obulokozi, kale nga Amateeka Ge mukisa gw'amaanyi!

Ba jjajja b'okukkiriza nga Ibulayimu, Danyeri ne Yusufu, olw'okuba baakuumanga amateeka Ge, baafuna emikisa egy'okubeera nga bayimusibwa waggulu w'amawanga. Baafuna emikisa mukuyingira ne mu kufuluma. Tebeeyagalira mu mikisa mu mbeera z'obulamu bwabwe bwonna kyokka, wabula ne mu ggulu, baafuna omukisa ogw'okuyingira mu kitiibwa ekyakayakana ng'enjuba.

Nsaba mu linnya lya Mukama obeerenga oteeka amatu go ku kigambo kya Katonda era osanyukirenga mu Mateeka ga MUKAMA n'okugalowoozangako ekiro n'emisana, wamu n'okugatambulirangamu mu bujjuvu.

"Olowooze bwe njagala Ebiragiro Byo;
Onzijjukize, Ai MUKAMA,
ng'ekisa Kyo bwe kiri.

*Abo abagala Amateeka go balina emirembe mingi,
So tebaliiko kibeesitazza.
Nsubidde obulokozi Bwo, MUKAMA,
Era nkoze Bye walagira.
Olulimi lwange luyimbe ku kigambo Kyo,
Kubanga bye Walagira byonna
bwe butuukirivu"*
(Zabuli 119:159, 165, 166, 172).

Ebikwata ku Muwandiisi:
Dr. Jaerock Lee

Dr. Jaerock Lee Yazaalibwa Muan, ekisangibwa mu ssaza lye Jeonnam, mu Nsi ye Korea, mu mwaka gwa 1943. Ng'ali mu myaka amakumi abiri, Dr. Lee yabonaabona n'endwadde nnyingi ez'olukonvuba okumala emyaka musanvu era ng'alinda bulinzi kufa awatali ssuubi lya kuwona. Wabula lumu mu biseera eby'omusana mu mwaka gwa 1974, yatwalibwa mwannyina mu kanisa era bwe yafukamira wansi okusaba, amangu ago Katonda Omulamu n'amuwonya endwadde ze zonna.

Okuva Dr. Lee bwe yasisinkana Katonda Omulamu okuyita mu ngeri ennungi bw'etyo, ayagadde Katonda n'omutima gwe gwonna era n'amazima, era mu mwaka gwa 1978 yayitibwa okuba omuweereza wa Katonda. Yasaba n'amaanyi ge gonna n'okusiiba asobole okutegeera obulungi okwagala kwa Katonda, alyoke akutuukirize mu bujjuvu era agondere Ebigambo bya Katonda byonna. Mu 1982, yatandika ekanisa eyitibwa Manmin Central Church esangibwa mu kibuga Seoul, eky'omu nsi ye Korea, era eby'amagero bya Katonda ebitabalika, omuli okuwonya okw'ebyamagero bizze bibeerawo mu kanisa ye.

Mu 1986, Dr. Lee yatikkirwa ku mukolo Annual Assembly of Jesus ogwali mu Sungkyul Church of Korea, n'afuuka omusumba era oluvanyuma lw'emyaka ena mu mwaka gwa 1990, obubaka bwe bwatandika okuzanyibwa ku butambi mu nsi ya Australia, Russia, Philippines, n'ensi endala nnyingi ku mikutu nga Far East Broadcasting Company, Asia Broadcast Station, ne Washington Christian Radio System.

Nga wayise emyaka essatu mu 1993, Manmin Central Church yalondebwa okuba "emu ku kanisa 50 ezikulembedde mu nsi yonna" nga bino byafulumizibwa aba Christian World magazine (ng'efulumira mu Amerika) era n'afuna ekitiibwa ky'obwa Dokita mu By'eddiini okuva mu ttendekero eriyitibwa Christian Faith College, eky'omu kibuga Florida, ekisangibwa mu Amerika, era mu 1996 yaweebwa eky'obwa ssabakenkufu mu ttendekero lye Kingsway Theological Seminary, eky'omu kibuga Iowa, mu Amerika.

Okuva omwaka gwa 1993, Dr. Lee akulembeddemu okutambuza enjiri mu nsi yonna okuyita mu kuluseedi ennyingi z'akubye emitala w'amayanja nga kuluseedi eyali e Tanzania, Argentina, L.A., Baltimore City, Hawaii, ne New York City eky'omu Amerika, Uganda, Japan, Pakistan, Kenya, Philippines, Honduras, India, Russia, Germany, Peru, Democratic Republic of the Congo, Israel ne Estonia.

Mu 2002 empapula ez'amaanyi mu Korea z'amuyitanga "omusumba

ow'ensi yonna" olw'emirimu gye mu nsi ez'enjawulo gye yakubanga Kuluseedi ennene ennyo. Naddala, kuluseedi ye ey'omu kibuga New York eyaliyo mu 2006 nga yayatiikirira nnyo, Kuluseedi eyali mu kisaawe ekimanyiddwa ennyo ekiyitibwa Madison Square Garden era nga yayita ku mpewo ku mikutu gy'empuliziganya mu nsi 220, mu kuluseedi gye yakuba mu Isiraeri mu mwaka gwa 2009 mu kifo ekiyitibwa International Convention Center (ICC) ekisangibwa mu Yerusaalemi era n'alangirira mu buvumu nti Yesu Kristo ye Mununuzi era Omulokozi.

Obubaka bwe bwatuuka mu nsi 176 okuyita ku setilayiti n'omukutu ogumanyiddwa nga GCN TV era mu mwaka gwa 2009 ne 2010 akatabo akamanyiddwa ennyo mu Russia kafulumya nti Dr. Lee y'omu ku bakulembeze b'eddiini 10 abasinga okukwata ku bantu, mu katabo Victory ne mu new agency Christian Telegraph olw'obuweereza bwe ku TV obw'amaanyi ne mu makanisa agali ebunaayira gasumba.

Weguweredde omwezi ogw'okutaano mu 2013, Ekanisa ya Manmin Enkulu eweza ba memba abassuka mu 120,000. Waliwo amatabi g'ekanisa 10,000 mu nsi yonna, nga 56 gali mu nsi ye Korea, era aba minsani 129 beebakasindikibwa mu nsi 23, omuli Amerika, Russia, Germany, Canada, Japan, China, France, India, Kenya, n'endala nnyingi.

Ekitabo kino w'ekifulumidde, Dr. Lee abadde awandiise ebitabo ebirala 85, omuli ebisinze okutunda nga *Okuloza ku Bulamu Obutaggwaawo nga si n'afa, Obulamu Bwange, Okukkiriza Kwanga I & II, Obubaka Bw'omusalaba, Ekigera Okukkiriza, Eggulu I & II, Ggeyeena, Zuukusa Isiraeri!!* ne *Amaanyi ga Katonda*. Ebitabo bye bikyusiddwa okudda mu nnimi ezissuka mu 75.

Waliwo obubaka bwe obuwandiikibwa mu miko gye mpapula z'amawulire ng'olwa *The Hankook Ilbo, The JoongAng Daily, The Dong-A Ilbo, The Munhwa Ilbo, The Seoul Shinmun, The Kyunghyang Shinmun, The Korea Economic Daily, The Korea Herald, The Shisa News,* ne *The Christian Press.*

Dr. Lee kati akola ng'omukulembeze w'ebitongole by'obu misani bingi saako ebibiina: nga ye Sentebe wa, The United Holiness Church of Jesus Christ; Ye Pulezidenti wa, Manmin World Mission; Permanent President, The World Christianity Revival Mission Association; Ye yatandika era ali ku bboodi ya, Global Christian Network (GCN); Mutandisi era ye Ssentebe wa Bboodi ya, World Christian Doctors Network (WCDN); era ye yatandika era ye sentebe wa Bboodi ya, Manmin International Seminary (MIS).

Ebitabo ebirala Eby'amaanyi eby'omuwandiisi y'omu

Eggulu I & II

Ekifaananyi ekiraga ekifo ekirungi ennyo abatuuze b'omu ggulu mwe babeera n'ennyinyonyola ennungi ey'emitendera egy'enjawulo egy'obwakabaka obw'omu ggulu.

Obubaka Bw'Omusalaba

Obubaka obw'amaanyi obw'okuzuukusa abantu bonna ab'ebase mu mwoyo! Mu kitabo kino ojja kusangamu ensonga lwaki Yesu ye Mulokozi yekka n'okwagala okutuufu okwa Katonda.

Ggeyeena

Obubaka obw'amazima eri abantu bonna okuva eri Katonda, oyo atayagala wadde omwoyo ogumu okugwa mu bunnya bwa ggeyeena! Mujja kuzuula ebyo ebitayogerwangako ku bukambwa ate nga bwa ddala obuli mu magombe aga wansi aga geyeena.

Omwoyo, Emmeeme, n'Omubiri I & II

Ekitabo kino kiraga ekkubo eryangu eri abasomi eribasobozesa okwenyigira mu buzaaliranwa bwa Katonda era ne bafuna emikisa gyonna egyo egyabasuubizibwa Katonda.

Ekigera Okukkiriza

Kifo kya kika ki eky'okubeeramu, engule n'empeera ebikutegekeddwa mu ggulu? Ekitabo kino kikuwa amagezi n'okukulung'amya okusobola okupima okukkiriza kwo osobole okuluubirira okukkiriza okusingayo obukulu.

Zuukusa Isiraeri

Lwaki Katonda amaaso ge agakuumidde ku Isiraeri okuva olubereberye lw'ensi eno okutuuka leero? Alina nteekateeka ki gyategekedde Isiraeri mu nnaku ez'oluvannyuma, ezirindirwamu Omununuzi?

Obulamu Bwange, Okukkiriza Kwange I & II

Evvumbe ery'omwoyo erisingayo obulungi erigiddwa mu bulamu obwameruka n'okwagala kwa Katonda okutatuukika, wakati mu mayengo g'ekizikiza, n'enjegere ezinyogoga saako obulumi obutagambika.

Amaanyi ga Katonda

Kye kitabo ky'olina okusoma nga kikola ng'ekirung'amya eky'omugaso omuntu mwayinza okuyita okufuna okukkiriza okwa ddala n'okulaba amaanyi ga Katonda.

www.urimbooks.com

www.ingramcontent.com/pod-product-compliance
Lightning Source LLC
LaVergne TN
LVHW041805060526
838201LV00046B/1132